D1772202

ஒரு சிற்பியின் சுயசரிதை

ஒரு சிற்பியின் சுயசரிதை

எஸ். தனபால் (1919–2000)

சென்னை மயிலாப்பூரில் பிறந்தார். சென்னை அரசு கவின்கலை மற்றும் கைவினைக் கல்லூரியில் வரைகலை மாணவராகச் சேர்ந்தார். பின்னர் அதே கல்லூரியில் ஆசிரியராகப் பணியாற்றத் தொடங்கிய இவர் பணிக் காலத்தில் முன்மாதிரியான பல்வேறு கலைச் செயல்பாடுகளின் மூலம் மாணவர்களின் ஆர்வத்தை வளர்த்தெடுத்தார். பின்னாளில் சிற்பத் துறைக்குப் பொறுப்பேற்றார். இந்தக் காலகட்டங்களில் இவர் செய்த படைப்புகள் கலைச் சூழலில் பரவலான கவனம் பெற்றதுடன் தில்லியிலுள்ள தேசியக் கலைக் காட்சியகத்திலும் பார்வைக்கு வைக்கத் தேர்வாயின. அதைத் தொடர்ந்து மேற்கு ஜெர்மனி, இங்கிலாந்து உள்ளிட்ட உலக நாடுகளின் கலைக் கண்காட்சிகளிலும் பங்கேற்றார். சென்னை, கும்பகோணம் ஓவியக் கல்லூரிகளின் முதல்வராகப் பதவி வகித்து ஓய்வு பெற்றவர்.

தேசியக் கலைக் கண்காட்சி, லலித் கலா அகாடமி போன்ற அமைப்புகளின் தேர்வுக் குழு, நடுவர் குழு ஆகியவற்றில் உறுப்பினராகப் பொறுப்பேற்று செயல்பட்டிருக்கிறார்.

கலைக் கண்காட்சியில் பங்கேற்றதற்கான தேசிய விருது, தமிழ்நாடு லலித் கலா அகாதெமியின் ஃபெல்லோஷிப் விருது, மத்திய கல்வி அமைச்சகப் பண்பாட்டுத் துறையின் ஃபெல்லோஷிப் விருது எனக் கௌரவிக்கப்பட்டிருக்கிறார்.

சோழமண்டலம் கலைக் கிராமம், மெட்ராஸ் ஆர்ட் மூவ்மெண்ட், தென்னிந்திய ஓவியர் சங்கம் எனத் தீவிரத்துடன் இயங்கியிருக்கிறார். 1961–68 காலகட்டத்தில் தென்னிந்திய ஓவியர் சங்கத்தின் துணைத் தலைவராகவும், 1968இல் அதன் தலைவராகவும் செயல்பட்டிருக்கிறார்.

ஓவிய ஆசிரியர், நாடகக்காரர், கல்வியாளர், இயற்கை ஆர்வலர் எனப் பல தளங்களில் இயங்கினாலும் தனது கலை வெளிப்பாட்டு ஊடகமாக தனபால் தேர்ந்தெடுத்துக் கொண்டது சிற்பத் துறையைத்தான். இவரது படைப்புகள் தேசிய அளவிலும் உலக அளவிலும் மதிப்புமிக்க இடங்களை அலங்கரிக்கின்றன.

கிருஷ்ண பிரபு (பி. 1981)
பதிப்பாசிரியர்

கணிதத்தில் இளம் அறிவியல் பட்டம் பெற்றவர். மென்பொருள் மற்றும் இணையத் துறைகளில் பணியாற்றியிருக்கிறார். தமிழில் ஆய்வியல் நிறைஞர் பட்டம் பெற்றவர்.

இப்போது சென்னையிலுள்ள 'மைண்ட் ஃபிரஷ்' பயிற்சி நிறுவனத்தில் ஆலோசகராகப் பணியாற்றுகிறார். பதிப்பு சார்ந்து இவரது முதல் நூல் இது.

மின்னஞ்சல்: *talk2kipi@gmail.com*

எஸ். தனபால்

ஒரு சிற்பியின் சுயசரிதை

பதிப்பாசிரியர்
கிருஷ்ண பிரபு

சிறுவாணி வாசகர் மையம்

காலச்சுவடு பதிப்பகம்

அன்பார்ந்த வாசகருக்கு,

வணக்கம்.

காலச்சுவடு நூலை வாங்கியமைக்கு நன்றி.

நூலின் உள்ளடக்கம், உருவாக்கம், அட்டைப்படம் இன்ன பிற அம்சங்கள் பற்றிய உங்கள் கருத்துகளையும் ஆலோசனைகளையும் காலச்சுவடு வரவேற்கிறது. தகவல், எழுத்து, வாக்கியப் பிழைகள் தென்பட்டால் கட்டாயம் தெரிவித்து உதவுங்கள். நூல் தயாரிப்பில் கடும் குறைபாடு இருப்பின் மாற்றுப் பிரதி உங்களுக்குக் கிடைக்கக் காலச்சுவடு ஏற்பாடு செய்யும்.

மின்னஞ்சல்: publisher@kalachuvadu.com

காலச்சுவடு நாகர்கோவில் தலைமையகத்துக்கும் கடிதம் அனுப்பலாம்.

தங்கள்
எஸ்.ஆர். சுந்தரம் (கண்ணன்)
பதிப்பாளர் — நிர்வாக இயக்குநர்

ஒரு சிற்பியின் சுயசரிதை ❖ எஸ். தனபால் ❖ பதிப்பாசிரியர்: கிருஷ்ண பிரபு ❖ © தனபால் குடும்பத்தினருக்கு ❖ பதிப்பும் அமைப்பும் © கிருஷ்ண பிரபு ❖ முதல் பதிப்பு: ஆகஸ்ட் 2019 ❖ வெளியீடு: காலச்சுவடு பப்ளிகேஷன்ஸ் (பி) லிட்., 669, கே.பி. சாலை, நாகர்கோவில் 629001, சிறுவாணி வாசகர் மையம், 24–5, சக்தி மஹால், சின்னம்மாள் வீதி, கே.கே. புதூர், கோவை 641018, தொடர்புக்கு: ஜி.ஆர். பிரகாஷ், கைபேசி: 9940985920, 9488185920.

காலச்சுவடு பதிப்பக வெளியீடு: 914

oru ciRpiyin cuyacaritai ❖ Autobiograpy ❖ Author: S. Dhanapal ❖ Edited by: Krishna Prabhu ❖ © Dhanapal's Family ❖ Compilation and Editorial Format © P.S. Krishna Prabhu ❖ Language: Tamil ❖ First Edition: August 2019 ❖ Size: Demy 1 x 8 ❖ Paper: 18.6 kg maplitho ❖ Pages: 128 + 32 art paper

Published by Kalachuvadu Publications Pvt. Ltd., 669, K.P. Road, Nagercoil 629001, India ❖ Phone: 91-4652-278525 ❖ e-mail: publications@kalachuvadu.com and Siruvani Vasagar Maiyam, 24-5 Sakthi Mahal, Chinnammal Street, K.K. Pudur, Coimbatore 641018 ❖ Wrapper printed at Print Specialities, Chennai 600014 ❖ Printed at Mani Offset, Chennai 600077

ISBN: 978-93-88631-84-6

08/2019/S.No. 914, kcp 2420, 18.6 (1) usss

பொருளடக்கம்

பதிப்புரை	9
ஒரு சிற்பியின் சுயசரிதை	17
பின்னுரை	121
வாழ்க்கைக் குறிப்பு	123
படங்கள்	127
சிற்பங்கள்	129
ஓவியங்கள்	145
புகைப்படங்கள்	153

பதிப்புரை

ஓவியரும் சிற்பியுமான எஸ். தனபாலின் நூற்றாண்டைக் கொண்டாடும் வகையிலும் அவரது படைப்பாளுமையைக் காட்சிப்படுத்தும் விதத்திலும் 3 ஏப்ரல் 2019 அன்று சென்னை லலித் கலா அகாடமியில் குழு நபர்க் கண்காட்சி ஏற்பாடானது. அதில் கடந்த எழுபது ஆண்டுகளில் தனபாலின் கோட்டோவியங்களும், வண்ண ஓவியங்களும், சுடுமண் – வெண்கலச் சிற்பங்களும் காட்சிப்படுத்தப்பட்டன. தனபாலிடம் பயின்ற மாணவர்களும் அவருடைய இளைய மகன் ரவியும் சேர்ந்து நிகழ்வை முன்னெடுத்தார்கள். அரிய சில புகைப்படங்களையும் பார்வைக்கு வைத்திருந்தார்கள். கண்காட்சியை முன்னெடுத்த ஓவிய, சிற்பக் கலைஞர்களின் படைப்புகளும் பார்வைக்கு வைக்கப்பட்டிருந்தன. இந்நிகழ்வை ஒட்டிக் காலச்சுவடு, காக்கைச் சிறகினிலே, தடம் ஆகிய இலக்கிய இதழ்கள் சிற்பி தனபால் சிறப்பிதழ்களைக் கொண்டுவந்தன.

ஓவியர் முரளிதரன் கிருஷ்ணமூர்த்தியின் தனிநபர்க் கண்காட்சி சென்னையிலுள்ள ஃபோரம் ஆர்ட் காலரியில் 5 டிசம்பர் 2018 அன்று நடை பெற்றது. ஓவியங்களைக் காணச்சென்ற இடத்தில் ஓவியர் பாலசுப்ரமணியன் குப்புசாமியைச் சந்திக்க நேர்ந்தது. அங்கிருந்து மூவருமாகக் கிளம்பி ஓவியர் நரேந்திர பாபுவின் வீட்டில் நடைபெறவிருந்த ஒன்றுகூடலுக்குச் சென்றோம். அங்கே தனபாலிடம்

பயின்ற மாணவர்களும் அவருடைய இளைய மகன் ரவியும் இணைந்து முன்னெடுக்கவிருந்த ஓவியக் கண்காட்சியைப் பற்றிப் பேசிக்கொண்டிருந்தார்கள். அந்த உரையாடலில் ஆனந்த விகடன் இதழில் தனபால் தொடராக எழுதிய ஒரு சிற்பியின் சுயசரிதை பற்றிப் பேச்சு வந்தது. அதைப் புத்தகமாக வெளியிடுவதிலுள்ள சிக்கல்களும் விவாதிக்கப்பட்டன. இது தனபால் நூற்றாண்டு என்பதால் அந்தப் புத்தகத்தை வெளிக்கொண்டுவர வேண்டும் என்பது அங்கிருந்த அனைவரின் ஒருமித்த எண்ணமாக இருந்தது.

எந்த இனத்தின் வரலாற்றை எடுத்துக்கொண்டாலும் அவர்களது பண்பாட்டின் வளர்ச்சிப் போக்கிற்கும் கலை வெளிப்பாட்டிற்கும் நெருங்கிய தொடர்பிருப்பதைக் காணலாம். படைப்புகளில் பரிசோதனை செய்யவும் நல்ல ஆக்கங்களை வெளிக்கொணரவும் சமூகப் பண்பாட்டுச் சூழலே அவர்களுக்குக் களம் ஏற்படுத்தித் தருகின்றது என்று சொல்லலாம். நேர்மறை யாகவோ எதிர்மறையாகவோ படைப்பாளிகள் களமாட உகந்த சூழல் அவசியம். காலனியர் ஆதிக்கம் செலுத்திய பத்தொன்பதாம் நூற்றாண்டின் ஆரம்பத்திலிருந்தே திராவிட நிலப்பரப்பின் கைவினைப்பாட்டுக் கலைஞர்கள் உலக அளவில் செலுத்திய தாக்கம் கணிசமானது. 1930களின் இறுதியிலிருந்து அது வேறு திசையில் பயணித்து மேற்கத்தியர்களின் போக்கிற்கு இணையாக நமக்கேயான நவீனமானது.

இந்தியா சுதந்திரம் அடைந்த 1940களின் பிற்பகுதி குழப்பம் நிறைந்தது. ஓவியத் துறையைப் பொறுத்தமட்டில் டி.பி. ராய் சௌத்ரியை முன்மாதிரியாகக் கொண்டு (ஓவியக் கல்லூரியில் அவரிடம்) மாணவர்களான கே.சி.எஸ். பணிக்கர், எஸ். தனபால், எல். முனுசாமி, கிருஷ்ணா ராவ், சந்தானராஜ் முதலானோர் அத்துறையில் நவீனத்தின் அடையாளமாக மெல்ல மெல்ல உருத்திரண்டு வந்தார்கள். அதற்கு இணையாக ஆனந்த விகடன், கல்கி போன்ற வெகுசன இதழ்களில் சில்பி, மணியம், ராஜம், கோபுலு போன்றோர் பெரிய வாசக வரவேற்பைப் பெற்றார்கள். 1950களின் இடைப்பகுதியில் அரசியல், கட்டுமானம், கலை, இலக்கியம் எனப் பல தளங்களில் சுதந்திர இந்தியாவின் விருப்பங்களும் நம்பிக்கைகளும் தொலைநோக்கும் பிரகாசத்தை நோக்கிச் சென்றுகொண்டிருந்தன. வடிவத்தில் நவீனத்தின் சாயலும், உள்ளடக்கத்தில் அழகியல் வெளிப்பாடும், தொகுத்தலில் யதார்த்த முனைப்பும் கொண்டு மரபையும் புதுமையையும் ஒரே தாள கதியில் இணைக்கும் கலையுணர்வைப் பிரதிபலித்த காலம்

அது. இந்தப் போக்கின் திராவிட அடையாளமாகத் திகழ்ந்தவர் எஸ். தனபால்.

ஓவியம், நாட்டியம், இசை, அரங்க நாடகம், தற்காப்புப் பயிற்சி, தோட்டக்கலை (போன்சாய்) எனப் பல தளங்களில் தனது ஆர்வத்தை விரிவுசெய்ய தனபாலுக்குச் சூழல் அமைந்திருக்கிறது. மயிலாப்பூரில் பிறந்து வளர்ந்ததும் அதற்குக் காரணமாக இருக்கலாம். சுதந்திரத்திற்கு முன்னும் பின்னுமென மேற்கூறிய துறைகளில் அவர் ஆரம்பப் பாடங்களைக் கற்றுப் பரவலாக இயங்கினார்; அதன் நுட்பங்களைப் பரிசீலித்தார்; என்றாலும், பின்னாள்களில் பரிசோதனை ரீதியிலான முயற்சிகளில் ஈடுபட்டுத் தனது கலை வெளிப்பாட்டு ஊடகமாக அவர் தெரிவு செய்துகொண்டது சிற்பத் துறையைத்தான். பள்ளி ஆசிரியராக இருந்த மயிலை சீனி. வேங்கடசாமியின் வழிகாட்டுதலினால் ஓவியக் கல்லூரியில் நுழைகிறார். வரைகலைப் பிரிவில் பட்டம் பெற்றிருந்தாலும் அதே கல்லூரியின் ஆசிரியராகச் சிற்பத் துறையில் விரும்பித் தன்னை இணைத்துக்கொண்டார். பணி செய்த நாட்களில் முன்மாதிரியான ஆசிரியராகவும் முதல்வராகவும் பணியாற்றியிருக்கிறார்.

அந்தக் காலகட்டத்தில் உருவான இவரது படைப்புகள் தேசிய, உலக அளவிலான கவனத்தைப் பெற்றன; என்றாலும் இவரது படைப்பாளுமையை ஆரம்பத்தில் ஏற்றுக்கொள்ளத் தயக்கம் காட்டியிருக்கிறார்கள். இவரது படைப்புகளில் திராவிட நிலப்பரப்பைச் சேர்ந்த மனிதர்கள், குறிப்பாகக் குழந்தைகள், பெண்கள், மூதாட்டிகள் ஆகியோரின் தத்ரூபத்தை உணர முடியும். ஔவை, தாயும் சேயும், ஜீசஸ் கிரைஸ்ட், கிராமத் தேவதை, மேரியும் ஏசுவும் போன்ற சிற்ப வேலைப்பாடுகளில் அதனை வெற்றிகரமாகவே அவர் வெளிப்படுத்தியிருக்கிறார். காளை, சிரசு போன்ற படைப்பாக்கங்களிலும் இந்தத் தாக்கத்தைக் காணலாம். கல்லூரி மாணவப் பருவத்தில் வரைந்து தள்ளிய ‘சைனா கேக்’ கோட்டோவியங்களிலும் வண்ண ஓவியங்களிலும் திராவிட நிலப்பரப்பும் மனிதக் கூறுகளும் நவீனத்தின் சாயலில் வெளிப்படுகின்றன. இந்தத் தன்மைக்காகவே தனபாலின் பல படைப்புகள் சிலாகிக்கப்படுகின்றன. இவர் வடித்த காந்தி, பெரியார், திரு.வி.க., சர்வபள்ளி ராதாகிருஷ்ணன், காமராசர், நேரு, பாரதிதாசன் ஆகியோரது சிலைகள் இன்றளவிலும் மதிப்புமிக்க இடங்களை அலங்கரிக்கின்றன.

கல்வியாளராகவும் படைப்பாளியாகவும் ஐம்பது ஆண்டு களுக்கும் மேல் ஓவியத் துறையில் தொடர்ந்து இயங்கியிருக்கிறார்

தனபால். ஓய்வுபெற்ற பிறகு தேசியக் கலைக் கண்காட்சி, லலித் கலா அகாடமி ஆகியவற்றில் தேர்வுக் குழுவிலும் நிர்வாகக் குழுவிலும் பங்குபெற்றார். கலாக்ஷேத்ராவின் தலைமைப் பொறுப்பிலும் இருந்திருக்கிறார். போன்சாய் செடி வளர்ப்பில் மிகுந்த விருப்பம் கொண்டிருந்தார். கலை இயக்கச் செயல்பாடுகளின் மையப் போக்கில் எல்லா வகையிலும் தொடர்ந்து தன்னை ஈடுபாட்டுடன் இணைத்துக்கொண்டிருக்கிறார்.

'நேஷனல் ஆர்ட் மூவ்மெண்ட்'ற்கு ராய் சௌத்ரியும் பணிக்கரும் தனபாலும் முனுசாமியும் ஒன்றிணைந்து முன்னெடுத்த 'மெட்ராஸ் ஆர்ட் மூவ்மெண்ட்' முன்னுதாரணமாகத் திகழ்ந்ததை வரலாறு என்றுமே நினைவுகூரும். 'சோழமண்டலம் கலைக் கிராமம்' இவர்களின் பெருங்கனவு. இக்கனவின் செயல்பாட்டில் தனபாலின் பங்கு அளப்பரியது. என்றாலும் பின்னாள்களில் சோழமண்டலம் குறித்த யதார்த்த நிலையைப் பெருந்தன்மையான கனத்த மௌனத்துடனே எதிர்கொண்டார். 'தென்னிந்திய ஓவியர் சங்கம்' உள்ளிட்ட அடுத்தடுத்த அவரது முன்னெடுப்புகளும் நவீனக் கலைப் பாய்ச்சலின் காரணியாகவே விளங்கின.

நவீன ஓவியர்கள், சிற்பிகள் குறித்த விரிவான வரலாற்று ஆவணங்களும் பதிவுகளும் பார்வைகளும் தமிழில் பெரிதாக இல்லை. இலக்கியம், சினிமா, நாடகம், அரசியல் என எல்லாத் துறைகளுடனும் இணைத் தண்டவாளமாகப் பயணித்த ஓவியத் துறையின் நிலைமை இதுதான். வரலாறு சார்ந்த அக்கறையும் பொறுப்புணர்வும் இல்லாத நம் சூழலில் வேறெதை எதிர்பார்க்க இயலும்?

~

17 ஜனவரி 1993 முதல் 31 ஆகஸ்ட் 1993 வரையிலான எட்டு மாதங்கள் 'ஒரு சிற்பியின் சுயசரிதை!' என்ற தொடரை *ஆனந்த விகடன்* இதழுக்காக தனபால் எழுதியிருக்கிறார். இதழில் தொடராக வெளிவந்து கால் நூற்றாண்டு கடந்துவிட்டது. எப்போதோ இத்தொடர் நூல் வடிவம் பெற்றிருக்க வேண்டும். ஆனால், அது நிகழாமல் போனது வருத்தத்திற்குரியது. சில ஆண்டுகளுக்கு முன்பு கவிஞர் ரவிசுப்ரமணியன் அதற்கான முயற்சிகளை முன்னெடுத்தும் அப்பணி இடையில் நின்றுபோனது.

நவீனக் கலை ஆளுமை ஒருவரின் தன் வரலாற்று நூல் என்ற வகையில் 'ஒரு சிற்பியின் சுயசரிதை!' சமூகம், அரசியல், சினிமா, கல்விப் புலம் எனப் பல்துறை ஆளுமைகள் கலையின் மீதும் கலைஞர்கள் மீதும் கொண்ட மதிப்பைச்

சித்திரமாகத் தீட்டுகிறது. அதன்வழி அரை நூற்றாண்டுத் தமிழக வாழ்வையும் பிரதிபலிக்கிறது. இந்திய சுதந்திரத்திற்கு முன்பான ஓவியக் கல்லூரியின் நிலையையும் இந்திய சுதந்திரத்திற்குப் பின்னான ஓவியக் கல்லூரியின் வளர்ச்சியையும் துறை சார்ந்த சிக்கல்களையும் இத்தொடர் நுட்பமாகப் பதிவு செய்திருக்கிறது. மாஸ்டர் தனபால் ஓரிரு வரிகளில் கடந்துசெல்லும் வரலாற்றுச் சம்பவங்களும், வரிகளுக்கு இடைப்பட்ட அர்த்த மௌனங்களும் கால ஆவணங்களாகப் பதிவு செய்யப்பட்டிருக்க வேண்டியவை. அதற்கான ஆரம்ப முயற்சியைத்தான் இத்தொடரின் மூலம் *விகடன்* குழுமத்தினர் செய்திருக்கிறார்கள். தனது வாழ்வின் தருணங்களை எழுத்தில் பதிவுசெய்ய *விகடன்* கொடுத்த இந்த வாய்ப்பை ஓவியத் துறையின் அரை நூற்றாண்டுக் காலக் கலை நகர்வின் போக்கை ஆவணப்படுத்த தனபால் பயன்படுத்தியிருக்கிறார். இத்தொடர் வெளிவந்தபோது பரவலான வாசக வரவேற்பைப் பெற்றுள்ளது. தனபாலே தனது தொடரில் அதனைப் பதிவுசெய்தும் இருக்கிறார்.

ரவி தனபாலிடமும் ரேவதி பாஸ்கரனிடமும் 'ஒரு சிற்பியின் சுயசரிதை!' *விகடன்* தொடரின் நகல்கள் இருந்தன. அந்தப் பிரதிகளை ஆதாரமாகக் கொண்டுதான் பதிப்புப் பணியை ஜனவரி 2019இல் தொடங்கினேன். இதோ இப்போதுதான் நூலாக்கம் முழுமையடைந்திருக்கிறது. இப்பதிப்புப் பணியில் உறுதுணையாக இருந்தவர்களை இந்தத் தருணத்தில் அன்புடன் நினைவுகூரக் கடமைப்பட்டிருக்கிறேன்.

ஓவியர் பாலசுப்ரமணியன் குப்புசாமி இல்லையேல் இப்பணியைக் கையிலெடுத்திருக்கவே இயலாது. அவர்தான் ஒரு நிழல்போல முழுப் பயணத்திலும் உடன் வந்தார். ஓவியர்களான முரளிதரன் கிருஷ்ணமூர்த்தி, நரேந்திர பாபு, கணபதி சுப்ரமணியம், எழுத்தாளர் ஜீவ கரிகாலன் ஆகியோர் கொடுத்த உற்சாகத்தை வார்த்தைகளில் பதிவு செய்வது கடினம். நடிகர் சிவகுமார் மிக முக்கியமான தருணத்தில் எங்களுக்கு ஆதரவாகக் கைகோத்து நின்றது பெரிய நம்பிக்கையைக் கொடுத்தது. ஓரிடத்தில் நின்றிருக்க வேண்டிய இப்பதிப்புப் பணியைத் தொடர்ந்து முன்னெடுத்து, உரிய நேரத்தில் தனபாலின் மருமகனும் ஓவியருமான ஆர்.பி. பாஸ்கரனுடன் தொடர்புகொள்ளச் செய்தது அவர்தான். தரவுகள் வேண்டிச் சந்தித்த ஒவ்வொரு முறையும் ஆர்.பி. பாஸ்கரன் வாரி அணைத்துக்கொண்டு வழிகாட்டினார். ஓவியம் சார்ந்த ஒரு நூலை உருவாக்குவதன் செய்நேர்த்தி தொடர்பாகப் பல்வேறு நுணுக்கமான ஆலோசனைகளையும் வழங்கினார். தனபாலின் மூத்த மருமகள் மருத்துவர் என்.டி.

குமாரியைச் சந்தித்தபோது கண்களில் ஈரம் கசிய மிக அன்பான வார்த்தைகளால் வரவேற்று உற்சாகமூட்டினார்.

'ஒரு சிற்பியின் சுயசரிதை!' தொடரை வெளியிட்ட *ஆனந்த விகடன்* வார இதழ், அது வெளிவரக் காரணமாக இருந்த மதன், தனபாலின் ஒலிக்கோப்பை எழுத்தாக்கிய எஸ். சுபா ஆகியோருக்குத் தமிழ் வாசகர்கள் என்றென்றும் கடன்பட்டிருக்கிறார்கள்.

காலச்சுவடு பதிப்பகமும் சிறுவாணி வாசகர் மையமும் சேர்ந்து இந்நூலைப் பதிப்பிப்பது பொருத்தமாக இருக்கும் என்று நினைத்து கண்ணனையும் சுபாஷிணி திருமலையையும் தொடர்புகொண்டபோது நட்புடன் கரம் பற்றி வழிநடத்தினார்கள். சிறுவாணி வாசகர் மையத்தின் தலைமை ஆலோசகர்களான நாஞ்சில்நாடன், வ. ஸ்ரீனிவாசன் ஒருங்கிணைப்பாளர் ஜி.ஆர். பிரகாஷ் ஆகியோர் இந்நூல் வெளிவந்து வாசகர்களின் கரங்களைச் சென்று சேர வேண்டும் என்பதில் பொறுமை காத்து உடன் இருந்தார்கள். காலச்சுவடு பதிப்பக ஊழியர்கள் நாகம், கலா, ஜி.ஆர். மணிகண்டன் ஆகியோரின் பங்களிப்பும் பாராட்டத்தக்கது. அட்டைப்படத்தை மிகப் பொருத்தமாக ஜெபா வடிவமைத்திருக்கிறார்.

இந்நூல் அச்சாகி வெளியாவதில் தனபாலின் குடும்பத்தாருக்கும் மாணவர்களுக்கும் அடுத்துப் பெருமகிழ்ச்சி அடையக் கூடியவராக ஆய்வாளர் ஆ.இரா. வேங்கடாசலபதிதான் இருப்பார். பதிப்புப் பணியின் ஆரம்பம் முதற்கொண்டு இறுதி வரையிலும் ஊக்கமளித்து, தொய்வும் காலதாமதமும் ஏற்பட்டபோதெல்லாம் அது குறித்து அக்கறையுடன் விசாரித்துப் பணியை விரைவுபடுத்தினார்.

கவிஞர் பெருந்தேவி, எழுத்தாளர் அரவிந்தன், கோபு ராசுவேல், சரவணன் நல்லமுத்து, குவாலிட்டி நகலகத்தின் உரிமையாளர் அசோக்குமார் ஆகிய நண்பர்களின் உரிய நேரத்து உதவிகளும் மறக்க இயலாதவை.

தக்ஷிண சித்ரா நூலகர் இந்துவும் புகைப்படக் கலைஞர் ரேகா விஜயசங்கரும் தேவையான தருணத்தில் உடனிருந்தார்கள். லலித் கலா அகாடமியின் கோபியும் வரதராஜனும் வேண்டிய மட்டும் தரவுகளைக் கொடுத்து உதவினார்கள்.

பதிப்புப் பணியானது ஊர் கூடித் தேர் இழுப்பதற்கு ஒப்பானது என்பார் சலபதி. அதனைப் புரிந்துகொள்ளும் அனுபவமாகவே இப்பணி அமைந்தது.

இறுதியாக, தனபாலின் ஆளுமைச் சித்திரத்தை வெளிப் படுத்தும் 'ஒரு சிற்பியின் சுயசரிதை!' தொடரின் பதிப்பாக்க முயற்சியை முன்னெடுக்கக் காரணமாக இருந்த தனபாலின் குடும்பத்தாருக்கும் தனபாலின் மாணவர்களுக்கும் பிற இலக்கிய நண்பர்களுக்கும் காலச்சுவடு பதிப்பகம், சிறுவாணி வாசகர் மையம் ஆகியவற்றின் சார்பில் நன்றியைத் தெரிவித்துக் கொள்கிறேன். தமிழில் வெளிவந்த நவீன ஓவிய ஆளுமையின் முதல் தன்வரலாற்றுப் பதிவு என தனபாலின் தொடரைச் சொல்லலாம். அதனைத் தமிழ் வாசகர்களுக்காகத் தொகுத்துப் புத்தகமாகக் கையளிப்பதில் தனிப்பட்ட முறையில் மகிழ்ச்சி யடைகிறேன்.

சென்னை
13.08.2019

கிருஷ்ண பிரபு

ஒரு சிற்பியின் சுயசரிதை
எஸ். தனபால்

'ஹண்ட்டர்' என்ற ஆங்கிலச் சொல்லுக்குத் தமிழில் வேட்டைக்காரன் என்று பொருள்! வேட்டைக்காரன் எனும்போது காடு மலை யெல்லாம் அலைந்து திரிந்து மிருகங்களை வேட்டையாடுபவன் என்கிற ஒரே அர்த்தம்தானா என்ன?! கலையின் வேட்டைக்காரன் என்றுகூட வைத்துக்கொள்ளலாமே! எதற்குச் சொல்கிறேன் என்றால், சென்னையில் உள்ள ஓவியம் மற்றும் நுண்கலைக் கல்லூரியைத் தொடங்கியவரே 'ஹண்ட்டர்' என்னும் ஒரு ஆங்கிலேய ராணுவ வீரர்தான்!

'கல்லூரி உருவானது காலத்தின் கட்டாயமே அன்றி, யாரோ ஒரு பிரிட்டிஷ்காரரின் நல்ல செய்கை அல்ல!' என்று சொல்பவர்களும் இருப்பார்கள்.

எது எப்படியானாலும், கிட்டத்தட்ட நூற்று நாற்பது வருடங்களுக்கு முன்பே, இந்தச் சென்னை மாநகரத்தில் கலை எனும் வடிவத்துக்கான வாசற்கதவு திறக்கப்பட்டுவிட்டது என்பது குறித்து நாமெல்லாம் பெருமைப்பட வேண்டும்.

இப்போதும், எழும்பூர் ரயில் நிலையம் அருகே ஓரமாய் ஒதுங்கி நிற்கும் அந்தக் கல்லூரியின் செக்கச்செவேல் நிறத்துக் கட்டடங்களைப் பார்த்தால் எனக்குள்ளே ஒருவிதச் சிலிர்ப்பு ஏற்படும். அந்த நாலரை ஏக்கரா நிலத்திலிருந்து எத்தனை ஆயிரம் கலைஞர்கள் இந்த உலகுக்கு அடையாளம் காட்டப்பட்டார்கள் என்று நினைக்கும்போது பிரமிப்பான உணர்வு வரும்.

19ஆம் நூற்றாண்டின் துவக்கத்திலெல்லாம் அந்தக் கல்லூரியினுள்... 'ஓவியக் கலை' என்பது எங்கோ ஒரு மூலையில்தான் 'கொஞ்சூண்டு' இருந்தது. மாறாக, மரத்தைக் குடைந்து செய்யும் மர, தச்சு வேலைகளும் பருத்தித் துணியில் அச்சிடப்படும்

டிஸைன்களும் கார்பெட் உருவாக்கமும் நகை செய்தலும் கலம்காரி கைவண்ணமும்தான் கல்லூரியின் முக்கியமான அம்சங்களாக இருந்தன.

கல்லூரியில் செய்யப்பட்ட நாற்காலி, மேஜை போன்ற மர அயிட்டங்கள் அப்போதே சற்று மாடர்ன் பாணியில் இருந்திருக்கின்றன. அவற்றையெல்லாம் படமெடுத்து இரண்டாவது உலகப் போரின்போது ஒரு புத்தகமாகவேகூட வெளியிட்டிருக்கிறார்கள்.

ஜப்பான் அச்சகத்தில் பிரிண்ட் ஆகிற அளவுக்கு மிக உயர்ந்த இடத்தில் இருந்தது நம் ஓவியக் கல்லூரியின் மரவேலைத்துறை. இன்று அதுபோன்ற ஒரு துறையே அங்கில்லை என்றால் உங்களுக்கு அதிர்ச்சியாக இருக்குமா? ஆனால், உண்மை அதுதான்!

மரவேலைப்பாடு மட்டுமல்ல... அலுமினியப் பாத்திரங்கள் செய்வது, மெட்டல் வொர்க், நகை செய்யும் கலை போன்ற பல துறைகள் நமது ஆதிக்க வர்க்கமான அரசாங்க அதிகாரிகளால் சென்னை ஓவியக் கல்லூரியில் மூடப்பட்டு வந்திருக்கின்றன.

ஐ.ஏ.எஸ் அதிகாரிகளுக்கு டெக்னிகல் பார்வை மட்டுமே இருக்கும். கலாரசனை தங்களிடத்தில் இல்லையே என்கிற எரிச்சல் உணர்விலோ அல்லது கலையின் அழகும் வீரியமும் புரியாமலோ அவர்கள் எப்போதும் உணர்ச்சியற்ற ஜடங்களாகவே முடிவுகள் எடுப்பார்கள். பல கலைத்துறைகளையும் இழுத்து மூடிக்கொண்டு வந்த சாடிஸ்ட்டுகள் அவர்கள்.

நான் அந்தக் கல்லூரிக்குள் மாணவனாய் நுழைந்த காலகட்டத்தில் நுண்ணிய வேலைப்பாடுகளின் *(crafting)* காலம், இப்படித்தான் ஒருவித முடிவுக்கு வந்துகொண்டிருந்தது. அதுவரையில் ஒளிவீசத் தொடங்கியிராத 'ஓவியக்கலை' லேசாய் மேலெழும்பிக் கொண்டிருந்தது.

கல்லூரி, நாலரை ஏக்கராவுக்குள் சுருங்கத் தொடங்கியதும் அப்போதுதான். எதிர்ப்பக்கத்தில் உள்ள சர்ச் கட்டடம் வரை நீண்டிருந்த கல்லூரியின் ஏராளமான நிலப்பரப்பில், கிட்டத்தட்ட பாதியை அரசாங்கம் எடுத்துக்கொண்டது. நடுவே பாலம் கட்டியது. ரோடு போட்டது.

கான்க்ரீட் நாகரிகம் எங்கள் கல்லூரி எல்லைக்குள் புகுந்து எங்கள் இடத்தையெல்லாம் விழுங்கிக்கொண்டிருப்பதையோ, அதனால் எதிர்காலத்தில் எங்கள் அமைதிச் சூழலுக்கு ஏற்படப்போகும் விபரீதம் பற்றியோ புரியாமல் பாலம்

கட்டுவதையும் கலைக்கண்கொண்டு பார்த்தவர்கள் நாங்கள்! எங்களின் ஓவியத்துக்கு, ஓசியில் சப்ஜெக்ட் கிடைத்தாற்போல் சரசரவென்று நடக்கும் பால வேலைகளைத் தத்ரூபமாய் பேப்பரில் வரைந்து தள்ளிக்கொண்டிருப்போம்.

எதைப் பற்றியுமே தெளிவாய் யோசிக்கத் தெரியாத... ஆனால், பரபரவென்று இயங்க மட்டுமே தெரிந்த அரும்புமீசைப் பருவம் அது.

அரும்புமீசைப் பருவத்தில் அந்தக் கலைக்கல்லூரிக்குள் காலடி எடுத்து வைக்க எது என்னைத் தூண்டியது?

~

சென்னையில் பிறந்தவர்களெல்லாம் கொடுத்து வைத்தவர்கள். அதிலும் அந்தக் காலச் சென்னையில்.

நான் பிறந்தது 3.3.1919இல். ஒரே எண்கள் திரும்பவும் ரிபீட் ஆகிறாற்போல் என் பிறந்த தினம் அமைந்ததில் இன்றளவும் எனக்குப் பெருமையுண்டு.

அந்தக் காலச் சென்னையில் மயிலாப்பூர் என்பது சொர்க்கபுரிக்கு இணையான ஒரு நகரம். அந்த அளவுக்குச் செல்வத்தில் செழித்த ஏரியா அது. மறக்க வேண்டாம். அந்தக் காலத்தில்.

மயிலை கச்சேரி ரோட்டில் இருந்த எங்கள் வீட்டின் கொல்லைப்புறம், கற்பகாம்பாள் கோயில் நிலத்தை ஒட்டி உரசிக்கொண்டு நிற்கிற அளவுக்குப் பரந்த நிலப்பரப்பு.

அப்போதெல்லாம் மயிலாப்பூரில் இத்தனை ஜனநெரிசல் இல்லை. கடை கண்ணியும் இருந்ததில்லை. லஸ் கார்னரில் ஒரேயொரு பங்க் கடை மட்டும்தான் உண்டு. அதிலும் பத்திரிகைகள், தினப்படி சாமான்கள் போன்றவைதான் விற்கும்.

மளிகைக்கடை வைத்திருந்த என் அப்பா சுப்புராயுலு அடிக்கடி டவுன் வரை சென்று கடைக்குச் சாமான்கள் வாங்கி வருவார்.

டவுனிலிருந்து வருகிற ட்ராம் வண்டி எங்கள் வீட்டுக்கு முன்னால் நிற்கும். அநேக வேளைகளில் அதிலிருந்து அப்பா மட்டும்தான் இறங்குவார். கும்பல் கிடையாது. ட்ராம் போன பிறகு இடுப்பில் கட்டியிருக்கும் சிவப்பு நிறப் பட்டு வேட்டியில்

ருத்ராட்ச பார்டர் கண்ணைப் பறிக்க... ஆறடி உயரத்தில் ஆஜானுபாகுவாக அப்பா ரோட்டை 'க்ராஸ்' பண்ணி நடந்து வரும்போது பார்ப்பதற்கே ஏதோ தெய்வீகமாய் இருக்கும்!

அப்பாவுக்குச் சரீரத்துக்கு ஏற்றார்போன்ற கனமான சாரீரம்! வெண்கலக் குரலில் அவர் கூப்பிடும்போதே மரியாதை கலந்த பக்தியோடு அவர்முன் நிற்கத் தோன்றும். வீட்டுப் பெண்கள் யாரும் அவர் எதிரில் அதிகம் நின்று நான் பார்த்ததில்லை. இருப்பினும், வீடு மொத்தமும் அப்பா மீது அளவற்ற அன்பு வைத்திருந்தது. 'அப்பாவுக்கு இது பிடிக்கும், இது பிடிக்காது' என்று அவரைச் சுற்றியே சுழன்றது.

அப்பேர்ப்பட்ட என் அப்பா என்னுடைய எட்டாவது வயதில் காலமானார். வீடு ஆடிப்போனது. அவர் நடத்திய மளிகைக்கடை வியாபாரத்தை அம்மாவால் சில மாதங்களுக்கு மட்டுமே தொடர முடிந்தது. பிறகு, எங்களுக்கு இருந்த சில சொந்த வீடுகளிலிருந்து வசூலாகிய வாடகைப் பணம்தான் குடும்பத்தை நடத்த உதவியது.

எனக்கு முன்னும் பின்னுமாய் மூன்று சகோதரிகள். நான் வீட்டுக்கு ஒரே ஆண்மகன். இருந்தாலும் என்னைத் தனியாய் வெளியே போகக்கூட அனுமதிக்கமாட்டார்கள். மிஞ்சி மிஞ்சிப் போனால் கோயிலுக்குப் போய் வர அனுமதி கிடைக்கும். அதுவும் எப்படி? அக்காவின் துணையோடு. மற்றபடி என் வயசுப் பிள்ளைகள் மாதிரி கோலி விளையாடவோ, காத்தாடி விடவோ நான் செஞ்சதில்லை.

வீட்டில் அம்மா முனியம்மாள் தவிர, எட்டு வயதிலேயே விதவையான அத்தை ஆனந்தம்மாளும் இருப்பார்...

அவருக்கும் அப்பா மாதிரியே 'கணீர்' குரல்! அன்னி பெசன்ட் அம்மையார் மாதிரி திடகாத்திரமாய் இருப்பார். வீட்டில் உள்ள சுடுமண் பொம்மைகளின் தலையை எல்லாம் நான் உடைத்து விட்டதாய் என் அக்கா என்னை அடிக்க வர, அப்போதெல்லாம் பாய்ந்து வந்து என்னை அடிகளிலிருந்து தடுத்தாண்டவர் இந்த அன்னி பெசன்ட்தான்!

பள்ளிக்கூடம் விட்டால் வீடு. வீடு விட்டால் கோயில் என்று செக்குமாடு போலச் சுழன்றுகொண்டிருந்தாலும் என்னுள் புதைந்திருந்த கலையுணர்வுக்கு இதனால் பங்கம் எதுவும் வந்துவிடவில்லை.

மயிலை கோயிலின் வாகனங்களும் அவற்றில் செதுக்கியிருந்த வேலைப்பாடுகளும் என்னைப் பிரமிப்படைய வைத்திருக்கின்றன.

எஸ். தனபால்

ஒருமுறை அதிகாரநந்தி வாகனத்தில் ஸ்தபதி ஒருவர் சில்வர் பேப்பர் ஒட்டி வேலை செய்துகொண்டிருக்க அதை நாள் முழுக்க நின்று வாய் பிளந்து வேடிக்கை பார்த்து, வீட்டில் வசவு வாங்கியிருக்கிறேன்.

என் வகுப்புத் தோழன் ஒருவனின் அப்பா மரபொம்மைகள் செய்வார். அவரோடு உட்கார்ந்து மரத்தைக் கொண்டு பீர்க்கங்காய் செய்ததுதான் என்னுடைய முதல் கலை வெளிப்பாடு. எனக்கு வரைவதில் உள்ள ஈடுபாட்டை எனது பள்ளிக்கூடத் தமிழாசிரியரும் பிரபலத் தமிழறிஞருமான சீனி. வேங்கடசாமி அறிந்தபோது "நீ ஓவியக் கல்லூரியிலே சேருடா... அதுதான் உனக்கு நல்லது!" என்றார்.

'ஓவியக் கல்லூரியா ... அது எங்கே இருக்கும்! எப்படி இருக்கும்? அதில் ஸீட்டு கிடைக்கணுமானா என்ன தகுதி வேண்டும்?', ஒன்றும் தெரியாமல் குழம்பிக்கொண்டிருந்தேன். இதற்கிடையே என் அக்காவுக்குத் திருமணமாகியது. எங்கள் வீட்டுக்கு மாப்பிள்ளையாய் மாமா லோகையா வந்தார்.

என் ஆசையை அவரிடம் சொன்னபோது, "அந்த காலேஜுல இடம் பிடிக்கணும்னா, உனக்குக் கொஞ்சமாவது வரையத் தெரியணுமே!" என்றார்.

சட்டென்று முகம் தொங்கியது எனக்கு!

"கவலைப்படாதே! நான் ஒரு இடத்துலே உன்னைக் கொண்டுபோய் விடறேன்... அங்கே நீ ஓவியம் வரையறதுக்கான அரிச்சுவடி படிச்சுக்கலாம்!" என்றார்.

உற்சாகமாய் மாமாவுடன் போனேன்.

மாமா கொண்டுபோய் விட்ட இடம், சென்னை பிராட்வேயில் முன்பு இருந்த ரத்னா அண்ட் கோ.

அது ஒரு போட்டோ ஸ்டூடியோ.

~

ரத்னா அண்ட் கோ போட்டோ ஸ்டூடியோவில் அந்தக் கால மகாராஜாக்களின் பிரும்மாண்ட ஆயில் பெயிண்ட்டுகள் வாசற்பக்கமாய் மாட்டப்பட்டிருந்தன. அதைப் பார்த்துத்தான் நான் அங்கே ஓவியம் பயில முடியும் என்று என் மாமா நினைத்திருப்பார் போலும்.

என்னை ஏற இறங்கப் பார்த்த போட்டோ ஸ்டூடியோ முதலாளி, ஒரு போட்டோவை எடுத்து என்னிடம் கொடுத்தார். "இதுல டச் பண்ணிக் குடு" என்றார்.

எனக்கு ஒன்றும் புரியவில்லை.

"படத்துல அங்கங்கே ஓட்டை ஓட்டையா அழுக்குப் புள்ளி இருக்கில்லே. அதை டச் பண்ணு!" என்று சொல்லி பிரஷ்ஷையும் கையில் திணித்துவிட்டார் அவர்.

படத்தின் ஷேடுக்குத் தக்கவாறு டச் பண்ண வேண்டும் என்பது தெரியாமல் நான் கன்னாபின்னாவென்று கறுப்படித்து ஓட்டையை அடைத்தேன்.

முகம் சுளித்த முதலாளி, "பையனை வேணும்னா டார்க் ரூம்ல விட்டுப் பார்க்கலாம்! நாளைக்கு வரச்சொல்லுங்க!" என்றார் என் மாமாவிடம்.

ரெண்டு பேருமாய் வீடு திரும்புகையில், இருட்டறைக்குள் என்ன வேலை கொடுப்பார்களோ என்று எனக்குக் கவலையாகவே இருந்தது.

மறுநாள் நான் வேலைக்குக் கிளம்பவேண்டும்.

துணிவை வரவழைத்துக்கொண்டு மாமாவிடம் "நான் டார்க் ரூம் வேலைக்கெல்லாம் போகமாட்டேன். அங்கெல்லாம் வரைய முடியாது!" என்றேன்.

மாமா ஒன்றும் சொல்லவில்லை. அடுத்து வேறொருவரிடம் என்னைக் கூட்டிப்போனார். அதுவும் ஒரு போட்டோ ஸ்டூடியோ.

அங்கேயும் இந்த 'டச் அப்' வேலைதான் கொடுத்தார்கள். பிறகு அங்கிருந்து இன்னொரு போட்டோ ஸ்டூடியோ.

மூன்றாவது போட்டோ ஸ்டூடியோ முதலாளி லோகநாதர், சற்று சுவாரஸ்யமான மனிதர்! ஓவியம் வரையத் தெரிந்தவர். தன் கைப்பட அவர் வரைந்திருந்த ராதாகிருஷ்ணர் ஓவியம்தான் அவரது ஸ்டூடியோவில் 'ஹைலைட்' ஆகக் காட்சி தந்துகொண்டிருந்தது. இவர் எனக்கு அவ்வப்போது ஓவிய டிஸைன்கள் கொடுத்து 'காப்பி' செய்யச் சொல்வார். சில சமயங்களில் கையில் காமிரா பிடிக்கவும் வைத்திருக்கிறார்.

அப்படித்தான் ஒருமுறை ரெட்ஹில்ஸ் அருகே ஒரு குரூப் போட்டோ எடுக்க என்னை அனுப்பி இருந்தார். குரூப் போட்டோ எடுக்க எங்களிடம் ஆர்டர் கொடுத்தவர், குரூப்பில் கடைசியாக

நின்றுகொள்ள... அவர் தலை மட்டும் போட்டோவில் 'கட்' ஆகிவிட்டது.

குரூப் போட்டோவை வாங்க வந்தபோதுதான் அவருக்கே தெரிந்தது. லோகநாதர் சற்றும் சளைக்கவில்லை! "நீ ஏதாவது தண்ணி கிண்ணி ஊத்திக்கிட்டு ஒரு மாதிரியா நின்னுருப்பே! அதான் எங்க காமிரா உன்னைப் பதிவு பண்ணாம விட்ருச்சு" என்றார்.

வந்த ஆள் சற்று வழிந்தார். என் முதலாளி கூற்றை அப்படியே நம்பியதுதான் இன்னும் ஆச்சரியம்!

'எப்படியாவது அந்த 'குரூப்'பில் என்னைச் சேர்க்கவேண்டும்...' என்று அழுத அவரை இன்னொரு போட்டோ எடுத்து, தலையை மட்டும் 'கட்' செய்து பழைய குரூப் போட்டோவில் ஒட்டிக்கொடுத்து அனுப்பிவிட்டார் முதலாளி லோகநாதர்!

லோகநாத முதலாளியிடம் நான் சில மாதங்கள் நிலைத்து வேலை பார்த்ததற்குக் காரணம் அவரது தமாஷான குணம் மற்றும் ஓவியத் திறமைதான்! அவரிடம் வேலை பார்த்துக்கொண்டிருந்த போதுதான் எனது ஏரியாவாசியும் நண்பனுமான சி. பாலனை நான் எதேச்சையாகச் சந்திக்க நேர்ந்தது.

நான் போட்டோ ஸ்டூடியோவில் வேலை பார்ப்பதைக் கேட்டதும் திகைத்துப் போனான் பாலன்! "ஓவியம் பயிலணும்னா இது சரியான வழி இல்லேடா! கோவிந்தராஜு நாயக்கர்னு ஒரு ஓவியர் இருக்கார்... அவர்கிட்டே கூட்டிப்போறேன். அங்கே போய் பிராக்டீஸ் பண்ணு!" என்றபடி என் கண்களைத் திறந்தான்.

கோவிந்தராஜு நாயக்கர் சென்னை ஓவியம் மற்றும் சிற்பக் கல்லூரியில் படித்தவர். அவரது அப்பா வாசுதேவ நாயக்கர் அந்தக் காலத்தில் ராமாயணப் புத்தகங்களுக்குச் சித்திரம் வரைந்தவர்.

கோவிந்தராஜு நாயக்கரிடம் நான் கிட்டத்தட்ட ஒரு வருட காலம் ஓவியம் பயின்றேன். அதன் விளைவாய் ஓவியக் கல்லூரியில் நுழைவதற்காகத் தகுதிப் பரீட்சை எழுதவும் நான் அழைக்கப்பட்டேன்.

தகுதிப் பரீட்சை என்பது இப்போது மாதிரி மூணு மணி நேர டெஸ்ட்டிங் மட்டுமே அல்ல. அப்போதெல்லாம் தொடர்ந்து பத்து நாட்களுக்கு எங்களை இன்டர்வியூ செய்வார்கள். அதாவது... அவர்களும் ஒரு பக்கம் வேலை செய்துகொண்டிருப்பார்கள்.

நாங்கள் அதைப் பார்க்கவும் செய்யலாம். அதைத் தவிர நாங்களும் பத்து நாட்கள் எங்கள் ஓவியத் திறமையை பேப்பரில் கொட்டவேண்டும்.

பத்து நாட்கள் முடிவில்தான் ரிசல்ட் வரும். அதன்படி, நான் முதல் கட்டத்தில் வெற்றி பெற புகழ்பெற்ற அந்த ஓவியக் கல்லூரி என்னை வாரி அணைத்துக்கொண்டது.

நான் உள்ளே நுழைந்தபோது கல்லூரியின் பிரின்ஸிபாலாக இருந்தவர் இந்தியாவின் புகழ்பெற்ற சிற்பிகளுள் ஒருவரான ராய் சவுத்ரி.

ராய் சவுத்ரி சென்னை ஓவியக் கல்லூரிக்கு முதல்வராக வரக் காரணமாக இருந்தவர் சென்னையில் வசித்த ஒரு மிகப்பெரும் கலாரசிகர்.

அவர்?

~

அந்தக் காலத்தில் சென்னைப் பட்டணத்துக்கு வருபவர்களில் அநேகம் பேருக்கு லாட்ஜில் தங்கும் அளவுக்குப் பணவசதியெல்லாம் இருக்காது. பெரும்பாலும் சென்னை சென்ட்ரல் ரயில் நிலையம் எதிரே இருக்கும் ராமசாமி முதலியார் சத்திரம் மாதிரியான இடங்களில்தான் தங்குவார்கள். அப்போது ஏழைகளின் இலவசக் கூரை அது.

பொதுச் சத்திரத்தின் சொந்தக்காரர் – ராமசாமி முதலியார். பெரிய வியாபாரி. வியாபார விஷயமாக அடிக்கடி கல்கத்தா போய் வந்துகொண்டிருந்தவர். இருபத்துநாலு மணி நேரமும் தொழில் சிந்தனையுள்ள மனிதரிடத்தில் கலாரசனை எப்படி நுழைந்தது என்பது இன்றளவிலும் புதிர்தான்.

நந்தலால் போஸ், அபனீந்திரநாத் தாகூர் போன்றோரின் பெயிண்டிங்குகள், சீனப் பானைகள், வெண்கலச் சிற்பங்கள் என்று ஏகமாய் வாங்கித் தன் பூந்தமல்லி ஹைரோடு பங்களாவில் குவித்து வைத்திருந்தவர் அவர். அவரால் சென்னைக்கு அழைத்து வரப்பட்டவர்தான் ராய் சவுத்ரி.

அதுநாள் வரையில் இந்தியர்களுக்குக் கல்லூரியில் 'மேலாளர்' என்ற ஒரு பதவிதான் உச்சகட்டமாய்க் கொடுக்கப்பட்டிருந்தது. பாலகிருஷ்ண முதலியார் என்பவர்தான் கடைசியாக 'மேலாளர்'

பதவி வகித்தவர். ராமசாமி முதலியாருக்கு பிரிட்டிஷ் அரசாங்கத்திடம் இருந்த செல்வாக்கு காரணமாக, முதல் இந்தியராக ராய் சவுத்ரி பிரின்ஸிபால் பதவியை ஏற்றார்.

கல்லூரி முதல்வராக ராய் சவுத்ரி பதவியேற்றதுமே ஓவியத்துறைக்கு ஓர் அற்புதமான வசந்தகாலம் ஆரம்பித்துவிட்டது. ஜி.டி. பால்ராஜ், ஞானாயுதம் போன்றோர் ஆங்கிலேயர்கள் ஸ்டைலில் இயற்கை ஓவியங்களாக வரைந்து தள்ளுவார்கள். இவர்களுக்கு மத்தியில் சையத் அகமது என்ற மாணவர் ஒருவர் கொஞ்சம் வித்தியாசமாய் இந்திய பாணியில் அஜந்தா கலர்களை வைத்தே அதிகமாய் வரைவார். இவர்கள் எல்லாம் எங்கள் சீனியர் மாணவர்கள். இவர்களது ஓவியங்களை அடிக்கடி பிரிட்டிஷ்காரர்கள் வந்து விலை கொடுத்து வாங்கிப் போவார்கள். எங்களுக்கும் கண்களில் கனவு விரியும்.

அப்போது பெயிண்டிங் துறைக்கு ஆசிரியராக இருந்தவர் துரைசாமி ஆசாரி என்பவர். இவர் பிரபல ஓவியர் வேலாயுத ஆசாரியின் மகன். (வேலாயுத ஆசாரி பற்றிப் பிற்பாடு சொல்கிறேன்.) தலையில் டர்பன் கட்டிக்கொண்டு வரும் துரைசாமி ஆசாரியைப் பார்த்தாலே கம்பீரமாய் இருக்கும்! ஆனால், மனிதர் கொஞ்சம் கூச்ச சுபாவி. அதிகமாய்ப் பேசவே மாட்டார்.

மல்யுத்த வீரரான ராய் சவுத்ரிக்கு நல்ல ஆஜானுபாகுவான தேகம். பாண்ட்டில் ஷர்ட்டை இன்சர்ட் செய்துகொண்டு சிகரெட் புகைத்தபடி ஸ்டைலாய் நடந்து வருவார். எங்களுக்கும் மல்யுத்தப் பயிற்சி அளிக்கும் நோக்கில் கல்லூரி வளாகத்திலேயே மல்யுத்தக் களமும் அமைத்துக்கொடுத்த ஒரே பிரின்ஸிபால் அவர்தான்.

நான் முதல் வருடம் படித்துக்கொண்டிருந்த சமயம்.

ஆசிரியர், 'முதல் ஓவியப் பயிற்சி' என்ற புத்தகத்திலிருந்து ஒரு கிளிப்பிங்கை எடுத்துக் கரும்பலகையில் குத்தி இருந்தார். நாங்களெல்லாம் அதை எங்கள் பேப்பரில் காப்பி செய்துகொண் டிருந்தபோது முதல்வர் ராய் சவுத்ரி அந்தப் பக்கமாக வந்தார்.

"என்னது இது?.. புத்தகத்தைப் பார்த்தா வரையக் கற்றுக் கொடுப்பது? இது தப்பான முறையாயிற்றே! உடனடியாக மாணவர்களுக்கு மாடல்களை வரவழைத்துத் தாருங்கள்!" – ராய் சவுத்ரி.

"ஸாரி சார், அதுக்கெல்லாம் கல்லூரியில் நிதி கிடையாது!"

"நிதி இல்லாவிட்டால் என்ன? நாமெல்லாம் மாணவர்களுக்கு மாடல்களாக நிற்போம். பரஸ்பரம் மாணவர்களேகூட அந்த

மாதிரி மாடலிங் முயற்சியைச் செய்து பார்க்கலாமே!” என்றார் ராய் சவுத்ரி திட்டவட்டமாய்.

ராய் சவுத்ரியின் புண்ணியத்தில் நாங்கள் ஓசி மாடல்களை வைத்துக் கொஞ்ச காலம் ஓவியம் பயின்றோம். ஒரே மாதத்துக்குள் முதலாண்டு மாணவர்களும் மாடல்கள் வைத்துக்கொண்டு பணிபுரிய அரசு நிதி ஒதுக்கியது. எல்லாம் ராய் சவுத்ரி செய்த சிபாரிசுதான்.

கல்லூரியில் சேர்ந்த புதிதில் நானும் எனது நண்பன் சி. பாலனும் சீனியர்களின் வகுப்புகளுக்குச் சென்று அவர்களது படைப்புகளைக் கண்டு வாய்பிளந்து நின்றிருக்கிறோம்.

எங்களுக்கும் அவர்களைப் போன்று வரையும் ஆசை வந்தது.

கல்லூரி நேரம் முடிந்ததும் பரபரப்பான மூர் மார்க்கெட் ஏரியா முன் பேப்பரும் கையுமாக நின்றுவிடுவோம். மனிதர்களின் அசைவையும் நடமாட்டத்தையும் அவ்வளவு சீக்கிரத்தில் வரைந்து விட முடியவில்லை! அதற்குப் பயிற்சி நிறைய தேவையிருந்தது.

மூர் மார்க்கெட் தவிர, கல்லூரி அருகேயிருந்த் ‘ஜூ’வுக்குத் தினமும் போவேன், நான்!

ஒரு நாள்... துள்ளித் திரிந்த மானை வரைய நான் நினைத்திருந்தேன்.

கொம்பு போடுவதற்கு முன்பே மான் ‘டேக்கா’ காட்டி விட்டது. இருந்தும், நான் விடாமல் இரண்டு நாட்கள் அங்கேயே பழியாய்க் கிடந்து, அவ்வப்போது எனக்குக் கிட்டிய மான் தரிசனத்தை வைத்து ஒருமாதிரியாய் வரைந்து முடித்தேன்.

ராய் சவுத்ரியிடம் அதைக் காட்டியபோது விழிவிரித்துப் பாராட்டினார். மூர் மார்க்கெட்டும் ஜூவும் எனக்கு வேகமாய் வரைகிற அனுபவம் கொடுத்ததாகச் சொன்னார். அவர் பாராட்டில் திக்குமுக்காடிப் போனேன்.

ராய் சவுத்ரியிடம் நல்ல பேர் வாங்குவதற்காகத் தினந்தோறும் காலையில் அவர் குவார்ட்டர்ஸ் முன்பு ஒரு புதிய பெயிண்டிங்கோடு நிற்பேன். கொஞ்ச நாட்களில் என் ‘ஸ்பீட்’ பற்றிக் கல்லூரி மொத்தமும் பேசத் தொடங்கியது.

பெயிண்டிங்கில் புதிது புதிதாய்ச் சாதிக்கும் ஆசை வந்தபோது, நண்பன் பாலன் “ஒருமுறை பெங்களூர் போயிட்டு வருவோமே! அந்த ஊர் அற்புதமான அழகாம்டா!” என்றான்.

‘பெங்களூர் போவதென்றால் காசு வேண்டுமே! என்ன செய்வது?’ என்று மூளையைக் கசக்கியபோது சட்டென்று தோன்றியது அந்த ஐடியா!

அது...

~

“நாங்க ஃப்ரெண்ட்ஸ் நாலு பேர் சேர்ந்து பெங்களூர் போகணும். எல்லாம் ஓவியத் திறமையை வளர்த்துக்கத்தான்... போக வர ரயில் சார்ஜூ தர்றியாம்மா?” – அம்மா முன்பு கைகட்டி நின்று, சற்றே குரல் தழைத்துக் கேட்டால் அம்மா கொடுத்துவிடுவார்கள்தான்.

ஆனால், எனக்குத்தான் அப்படிக் கேட்க முடியவில்லை.

காரணம் வேறொன்றுமில்லை. அப்பா போனதிலிருந்து அவர் வைத்துவிட்டுப் போன சொந்த வீடுகளின் மூலம் கிடைத்துவரும் வாடகைப் பணம் மட்டும்தான் எங்கள் குடும்பத்தைக் காப்பாற்றிக் கொண்டு வந்தது.

அதுதான் வருகிறதே என்று அம்மா சும்மாயிருக்கவில்லை. ‘குந்தித் தின்றால் குன்றும் கரையும்’ என்று அம்மாவுக்குத் தெரியும். எலுமிச்சை ஊறுகாய் போட்டு விற்க ஆரம்பித்தாள்.

அது ஒரு மாதிரியான இனிப்பு எலுமிச்சை. ஆந்திராவிலிருந்து எங்கள் வீட்டுக்கு வந்து கொண்டிருந்தது. தினமும் காலையில் ஏராளமான எலுமிச்சைகளை நறுக்கி, எங்கள் வீட்டுக்கு எதிரில் இருந்த கார்ப்பரேஷன் மருத்துவ டிஸ்பென்ஸரியின் மொட்டை மாடியில் கொண்டுபோய் உலர்த்துவார்கள் அம்மாவும் அத்தையும்.

காய்ந்த எலுமிச்சைகளைப் போட்டு வைக்கவென்று உயர உயரமான பீங்கான் ஜாடிகள் எங்கள் வீட்டில் உண்டு. பீங்கானின் வெளிப்புறத்தில் வடிக்கப்பட்டிருந்த டிஸைன்கள் எப்போதும் என்னை ஆச்சரியத்தில் ஆழ்த்தியிருக்கின்றன. ஒருமுறை பீங்கானுக்கு உள்ளேயும் டிஸைன். ஆராயப்போய், கால் எம்பி ஜாடியினுள் நான் தலை நுழைக்க... ஓடிவந்து என்னை அவசரமாய் ஜாடியினின்று விடுவித்தார் அத்தை. அந்தச் சின்ன வயதிலேயே எனக்குள் கலையார்வம் வளர்க்க இந்த ஜாடிகளும் ஒரு காரணம்! அந்த நினைவுகளின் மிச்சமாய் அன்று அம்மா புழங்கிக்கொண்டிருந்த ஜாடிகளில் ஒன்று – இன்று என் வீட்டு வரவேற்பறையில்.

சரி, பெங்களூர் பயண மேட்டருக்கு வருகிறேன்...

எனக்கு மட்டும்தான் என்றில்லை, என் நண்பர்கள் சி. பாலன், வெங்கடேசன் (மெரினா கடற்கரையோரத்து பாரதி சிலை உருவாக்கியவன்), எனது அத்தை மகன் ஆகியோருக்கும்கூட வீட்டில் காசு கேட்டுத் தொந்தரவு பண்ணப் பிடிக்கவில்லை.

'சைக்கிளிலேயே பெங்களூர் சென்று வந்தால் என்ன?' என்று முடிவெடுத்தபோது எல்லோருக்கும் அந்த ஐடியா பிடித்துப் போய்விட்டது.

பாலனின் அண்ணனுக்கு பெங்களூரில் பிப்ரவரி 26ஆம் தேதி கல்யாணம். அது எங்கள் பயணத்துக்கு ஒரு சாக்காயிற்று.

பிளான்படி, 1940ஆம் ஆண்டு பிப்ரவரி 23ஆம் தேதி மாலையில் நாங்கள் நால்வரும் புறப்பட்டோம். இதில் என் அத்தை மகன் ஒரு மெக்கானிக்! ஓவிய தாகம் கொண்ட மூன்று இளம் ஓவியர்களின் பயணத்துக்கு உதவுவதற்கென்றே பல நூறு கிலோ மீட்டர் தூரம் சைக்கிள் மிதித்தவன்!

பூந்தமல்லி வந்தபோதே இருட்டிவிட்டது. அங்கு கோர்ட் வாசலில் சைக்கிளைப் பூட்டி நிறுத்திவிட்டுப் படுத்துக் கொண்டோம். அடுத்த இரண்டு இரவுகளும்கூட அப்படித்தான் – நெடுஞ்சாலையோரத்தில் சற்றே பெரிய கட்டடமாய் இருந்தால் அங்கேயே தலை சாய்த்துவிடுவோம். வழிநெடுக பழம், பால், பிஸ்கட்டுகள், சில கிராமத்து ஆப்பக்கடை இட்லிகள் எங்கள் பசியை ஆற்றின.

அடித்த காற்றின் வேகத்திலும், கிருஷ்ணகிரி சாலையின் ஏற்ற இறக்கத்திலும் பலமுறை சைக்கிள் வால் ட்யூப் பிய்த்துக்கொண்டு போயிற்று! கையோடு கொண்டு வந்திருந்த பெட்டியிலிருந்து மற்றொரு வால் ட்யூப்பைப் பொறுமையாக மாட்டுவான் என் அத்தை மகன்.

ஒரு வழியாய்க் கல்யாண தினத்தன்று காலையில் நாங்கள் பெங்களூர் போய்ச் சேர்ந்ததும், எங்களைச் சுற்றியணைத்து வரவேற்றது பாலனின் குடும்பம்.

"சின்னப் பசங்க... இவ்ளோ தூரம் சைக்கிள் மிதிச்சு வந்திருக்கீங்களே... கஷ்டமா இல்லையா?" என்று கல்யாண வீடு மொத்தமும் அக்கறையாய் விசாரித்தது.

மூன்று நாட்களுக்குப் பிறகு கல்யாண வீட்டில்தான் அரிசிச் சோறு! அதுவும் தலைவாழை இலை போட்டு.

சந்தோஷமாய் ஒரு பிடி பிடித்தோம்.

கல்யாணம் முடிந்த கையோடு எங்கள் குழு பெங்களூர் வீதிகளில் உலாவரத் தொடங்கிவிட்டது.

பெங்களூர் மார்க்கெட்டும், அழகிய பூக்கள் அடர்ந்த பார்க்குகளும், கலைப்பாட்டுடன் கூடிய கட்டடங்களும் எங்கள் கைவண்ணத்தில் மலர்ந்தன.

பெங்களூரிலிருந்து கத்தைக் கத்தையான கிறுக்கல்களோடு ஊர் திரும்பியபோது எதையோ பெரிதாய்ச் சாதித்துவிட்ட மாதிரி குஷியாய் இருந்தது.

~

சைக்கிள் பயணமாக பெங்களூர் போய் அங்கே நாங்கள் வரைந்த ஓவியங்களை எடுத்துவந்து கல்லூரி முதல்வர் ராய் சவுத்ரியிடம் காட்டியபோது அவரும் எங்களது உற்சாகம் கண்டு ஊக்குவித்தார்.

மெள்ள மெள்ள ராய் சவுத்ரி என்பால் அன்பாய்க் கரைந்தார். கல்லூரி நேரம் முடிந்ததும் அவரது அலுவலக அறைக்குப் பக்கத்தில் நானும் எதையாவது கிறுக்கிக்கொண்டிருப்பேன். அவருக்கு குவார்ட்டர்ஸிலிருந்து சூடாகச் 'சாயா' வரும். அந்த டீ எனக்கும் அனுப்பப்படும்.

எந்த மாணவனுக்காவது மார்க் விஷயத்தில் ஆசிரியர் யாரேனும் அநீதி இழைத்துவிட்டால் போதும் அந்த மாணவன் நேராக என்னிடம்தான் வருவான். நான் ராய் சவுத்ரியின் முன் பிரச்னையை வைக்க அவர் பாதிக்கப்பட்ட மாணவனின் பரீட்சை பேப்பர்களை வரவழைத்துப் பார்ப்பார். நியாயமாகச் செய்யவேண்டியதைச் செய்வார். பிற்பாடு சம்பந்தப்பட்ட ஆசிரியரையும் அழைத்து நாலு வார்த்தை சொல்வார். அந்த அளவுக்கு மாணவர்களை மதித்த... அவர்களது உணர்வுகளைப் புரிந்துகொண்ட முதல்வர் ராய் சவுத்ரி.

அவர் சிற்பங்கள் செய்யும்போது என்னைக் கூடவே வைத்திருப்பார். நான் சிற்பக்கலையில் அவருக்குச் செய்கிற உதவிகளைப் பார்த்துவிட்டு ஒரு நாள் அவர் என்னிடம் சொன்னார் – "தனபால், நீ பேசாமல் சிற்பக்கலை வகுப்புக்கு மாறிவிடேன்!" என்று.

நான் இதை எதிர்பாராததால் சற்றுத் திடுக்கிட்டுத்தான் போனேன்.

மற்றவர்களிடம் கருத்துக் கேட்டபோது "இதென்ன பைத்தியக்காரத்தனம், ஓவியக்கலை வகுப்பு முடிய இன்னும் ஒரே வருடம்தான் இருக்கிறது... அதற்குள் எதற்காக இந்த அவசர முடிவு?" என்றார்கள்.

"மேலும், சிற்பக்கலையைப் படித்துத்தான் தெரிந்துகொள்ள வேண்டும் என்பதில்லை. பழக்கத்திலும் தெரிந்துகொள்ள முடியும். ஓவியக்கலையிலிருந்து திடீரென்று மாறினால் அதில் ஏற்கெனவே இரண்டு வருடம் பயின்றது விரயமாகிப் போகும்... டிப்ளமாவைக் கையில் வாங்க முடியாது, சிற்பக்கலையில் டிப்ளமா பெற காலதாமதம் ஆகும்!" என்பது போன்ற பல அறிவுரைகளையும் எனக்கு வழங்கினார்கள்.

எனக்கும் அவை நல்லதாகவே பட்டதால், ராய் சவுத்ரியிடம் 'ஸாரி' சொல்லிவிட்டேன். ராய் சவுத்ரி என் மறுப்பை ஒரு புன்முறுவலோடு ஏற்றுக்கொண்டார்.

தொடர்ந்து அவரது சிற்ப வேலைகளில் உதவி வந்தேன்.

எனக்கு ஓவியத்திலும் சிற்பத்திலும் இருந்த ஆசை போன்றே இசையிலும் நாட்டியத்திலும்கூட ஆர்வம் இருந்தது.

இசை வகுப்புகளில் சேர்ந்து பயில்வது முடியாமல் போனாலும் எங்கள் வீட்டுப் பெண்கள் இசை பயின்றபோது அங்கேயே பழியாய் உட்கார்ந்திருப்பது என் வழக்கம். அந்தக் கேள்வி ஞானத்திலேயே என்னால் வர்ணம் வரை பாட முடிந்தது. பெரிய பெரிய வித்வான்களின் கச்சேரிகளுக்குச் சென்று, அவர்கள் பாடுவதைக் கேட்டால் இசையறிவு நன்றாக வளரும். அதிலும் அப்போது எனக்குப் பிடித்தமான இசைக் கலைஞர் அரியக்குடி இராமானுஜ ஐயங்கார்.

அந்தக் காலத்தில் டேப்ரிக்கார்டர், காஸெட்டுகள் வசதியெல்லாம் கிடையாது. வெறும் கிராமபோன் இசைத் தட்டுகள்தான். இப்போது மாதிரி வீட்டில் குழந்தைகள் ரூமுக்கென்றுகூடத் தனி டிவி, டேப்ரிக்கார்டர் என்றெல்லாம் தொடர்ந்து அலறிக்கொண்டேயிருந்தாலும் அதில் தலையிடாத பெற்றோர் என்பது மாதிரி சூழலெல்லாம் கிடையாது! வீட்டில் நாம் இஷ்டப்படும் நேரத்தில் கிராமபோன் தட்டில் பாட்டுக் கேட்பதெல்லாம், அது பக்தி மார்க்கத்தைச் சேர்ந்த கர்நாடக சங்கீதமேயானாலும், சாத்தியமல்ல!...

அப்படியிருக்கும்போது வீட்டில் இசைக் கச்சேரிக்குப் போவதற்குக் காசு கேட்க முடியுமா?

ஆனாலும் ஆசை யாரை விட்டது.

அரியக்குடியின் கச்சேரிக்குப் போவதற்கென நாங்கள் நண்பர்கள் சிலர் காசு திரட்டுவோம்.

எப்படி?...

நகரத்துச் சுவர்களில் இரவு முழுக்க வேலை செய்து விளம்பரங்களுக்கு வர்ணம் தீட்டியும் எழுதியும் பிழைக்கும் விளம்பர ஆர்ட்டிஸ்டுகளிடம் வேலை கேட்போம்...

கலைக்கல்லூரி இளைஞர்கள் என்பதால் அவர்களும் தட்டாமல் கொடுப்பார்கள்.

சின்னச் சின்னதாய் வரைவது, எழுதுவது மாதிரியான வேலைகளை எங்கள் மீது சுமத்துவார்கள்! கண் விழித்து வேலை செய்ய டீ, பன் உபசரிப்பெல்லாம் கிடைக்கும்... காலையில் நாலணா காசு கொடுப்பார்கள்.

இப்படி நாலைந்து நாட்களுக்குத் தொடர்ந்து ராக்கண் முழித்தால் போதும். அரியக்குடியாரின் கச்சேரி அரங்கினுள் அமோகமாய் நுழைந்து காதுக்கினிய சங்கீதம் பெறலாம். அதுதான் அந்தக் காலத்தின் மகிமை.

இசை தவிர நாட்டியத்திலும் எனக்கு இன்ட்ரெஸ்ட் வந்ததாகச் சொன்னேன் இல்லையா? அதற்குக் காரணம் பிரபல நாட்டியக்காரர் உதய்சங்கர் தன் குழுவுடன் மவுண்ட் ரோடு தியேட்டர் ஒன்றில் (இப்போதிருக்கும் அண்ணா சிலை எதிரே அப்போது ஒரு தியேட்டர் இருந்தது!) நடத்திய நிகழ்ச்சி. இதன் பின் பெங்களூரிலிருந்து ராம் கோபால் என்கிற பர்மாக்காரர் ஒருவர் வந்து சென்னையில் நாட்டிய நிகழ்ச்சி நடத்தியதையும் நான் பார்க்க நேர்ந்தது... தவிரச் சென்னையைச் சேர்ந்த நடராஜன் என்பவரின் பரத நாட்டியத்தையும் பார்க்கும் வாய்ப்பு கிட்டியது. இதையெல்லாம் பார்த்தபிறகு, 'அட! ஆண்கள்கூட ஆடலாம் போலிருக்கிறதே!' என்கிற நம்பிக்கை எனக்கு வந்தது.

நான் பரதநாட்டியம் கற்க முடிவு செய்தேன்.

~

பரதநாட்டியத்துக்கான 'குரு' குறித்து விசாரித்தபோது காட்டுமன்னார்கோவில் முத்துக்குமாரசுவாமி நட்டுவனார் பற்றி என்னிடம் சிலர் சொன்னார்கள்.

அவருக்கு வயது எழுபது. நல்ல திடகாத்திரமாக இருப்பார். சட்டை எதுவும் போட்டிருக்க மாட்டார். கழுத்தில் உத்திராட்ச மாலை, இடுப்பில் வேட்டி, அதற்குமேல் ஒரு துண்டு. அவ்வளவுதான் அவர் உடை! நாட்டியம் சொல்லிக்கொடுப்பதில் மன்னர். அப்பேர்ப்பட்ட திறமைசாலி, சென்னை ஜார்ஜ் டவுனில் நாட்டுப்பிள்ளையார் கோயில் தெருவில் ஒரு ரூம் எடுத்துத் தங்கியிருந்தார்.

அவரிடம் சென்றபோது என் ஆர்வத்தைக் கண்டு பரதநாட்டியத்தில் தில்லானாவுக்கு முந்தைய பன்னிரண்டு அடவுகளையும் சொல்லிக்கொடுத்தார்.

பரதநாட்டியத்துக்கு அடிப்படையான விஷயங்கள் கைவந்ததும், கறுத்த மேகம் மாதிரி என் மனதில் குடிகொண்டிருந்த நாட்டிய மோகம், 'ஜோ'வென்ற ஆக்ரோஷத்தோடு நாட்டிய வெறியாய்க் கிளர்ந்தது. மழையாய்ப் பொழிய ஆசைப்பட்டது.

அந்தக் காலத்தில் நடராஜன் – சகுந்தலா என்ற பிரபலமான ஒரு நாட்டியத் தம்பதி. தங்களது நடனத்தால் சென்னை நாட்டிய மேடைகளைக் கலக்கிக்கொண்டிருந்தார்கள். அவர்களது குழுவில் நான் மூன்றாமவனாகச் சேர்த்துக்கொள்ளப்பட்டேன்.

அவர்களோடு சேர்ந்து நானும் அரங்கேறிய 'பெரியாழ்வார்', 'புத்தர்' போன்ற நாட்டிய நாடகங்களைப் பற்றி ஊர் மொத்தமும் பேசியிருக்கிறது.

வெறுமனே நடனத்தில் பங்குகொண்டு ஆடிவிட்டு வருவதோடு நான் நிறுத்திக்கொள்ளவில்லை. நாட்டிய நாடகத்துக்குத் தேவையான கிரீடம் போன்ற நகைகள், அலங்காரப் புராதன உடைகள் போன்றவற்றிலும் அதிகக் கவனம் செலுத்தினேன். அவற்றை அழகான முறையில் தயாரித்துத் தரும் பொறுப்பை நான் ஏற்றுக்கொண்டேன்.

அதிலும் 'பெரியாழ்வார்' நாடகத்துக்கென நான் செய்த வேலை இன்றுவரை என் நினைவில் உண்டு. சென்னை திருவல்லிக்கேணி பார்த்தசாரதி கோயிலுக்குச் சென்று அங்குள்ள கடவுள் விக்கிரங்களின் கிரீடங்கள் மற்றும் ஆபரணங்களை உன்னிப்பாய்ப் பல மணி நேரம் நின்று கவனித்தேன். இரண்டு நாட்களுக்குள் அந்த நகைகளின் டிஸைன்களைத் தத்ரூபமாய்ப் பேப்பரில் கொட்ட முடிந்தது. பிறகு அவற்றை எடுத்துக்கொண்டு எங்களது கல்லூரி உலோகத்துறை ஆசிரியர் சி.எம். சுந்தரம் ஆசாரியிடம் கொடுத்தேன். அவர் அவற்றை

சீப்பான உலோகத்தில் கனகச்சிதமாய்ச் செய்து, தங்க நிற பெயிண்ட் அடித்தார். பார்த்தவர்களெல்லாம் அந்த நகைகள் 'கவரிங்' என்பதைச் சட்டென்று நம்ப மறுத்தார்கள். அத்தனை நுணுக்கமாயும் கலைநயத்தோடும் அவை செய்யப்பட்டிருந்தன.

புத்தர் நாட்டிய நாடகத்தில் எனக்குத்தான் புத்தர் வேடம். போதி மரத்தடியில் புத்தர் தவமிருக்கும் காட்சி, புகழ்பெற்ற சாரநாத் புத்தர் போஸில் இருக்கும். அந்த நாடகத்திலும் புத்த பீடம், பின்னால் ஒளிவட்டம் மாதிரியான சகல பொறுப்புகளும் என் வசமே ஒப்படைக்கப்பட்டிருந்தன. ஓவியக் கண்ணோட்டம் இருந்ததால் எல்லாவற்றையுமே என்னால் சிறப்பாகச் செய்ய முடிந்தது. நடராஜன் – சகுந்தலா தம்பதி என்னை விளம்பரப்படுத்தியதுகூடச் 'சித்திரம் தனபால்' என்ற பெயரில்தான். எங்களது புத்தரும் பெரியாழ்வாரும் அன்று அரங்கேறாத மேடைகளே இல்லை எனும் அளவுக்கு இருந்தது.

ஆனந்த விகடன் தவிரவும் முன்பு *நாரதர்* என்றொரு பத்திரிகையை அமரர் எஸ்.எஸ். வாசன் நடத்திக்கொண்டிருந்தார். *நாரதர்* பத்திரிகையின் பொறுப்பை சீனிவாசராவ் என்பவர் கவனித்துக்கொண்டிருந்தார். சீனிவாசராவ் தனது குழந்தையின் முதலாவது பிறந்தநாள் வைபவத்தைக் கொண்டாடுவதற்கு இடம் தேடி அலைந்துகொண்டிருந்தபோது ஜெமினி ஸ்டூடியோவிலேயே அந்த விழாவை விமரிசையாக நடத்த வசதி செய்துகொடுத்தார் வாசன். அந்த விழாவின் ஓர் அம்சமாக மாலை நேரத்தில் எங்களது 'புத்தர்' நாடகம் அரங்கேறியது. அதில் புத்தராக வந்த என்னைப் பார்த்து, "அது சிலையா, அல்லது ஆளா?" என்று சந்தேகமாகக் கேட்டிருக்கிறார் வாசன். "சிலை இல்லை. ஆள்தான்" என்று அவரிடம் சொல்லப்பட்டபோது "பலே! அசத்தறாங்கய்யா!" என்றாராம்.

"வாசன் சாரையே அப்படிச் சொல்ல வெச்ச நீ பெரிய ஆள்தான்யா!" என்றார் சீனிவாசராவ் அன்றைய நிகழ்ச்சி முடிவில்.

இன்னொருமுறை, 'பெரியாழ்வார்' நாடகம் பார்க்க அமரர் கல்கி வந்திருந்தார். எங்களை வெகுவாய்ப் பாராட்டிவிட்டுப் போனவர், உதவியாட்கள் மூலமாக இரண்டொரு நாட்களில் எங்களது நாடகத்தின் புகைப்படங்களைக் கேட்டு வாங்கிக் கொண்டார். நாங்கள் எதிர்பாராத வகையில், எங்களது நாடக ட்ரூப்பை அட்டையிலேயே வெளியிட்டுச் செய்தி போட்டிருந்தார். அந்த 'கவர் ஸ்டோரி' எனது திருமணத்துக்கு

ஒரு சிற்பியின் சுயசரிதை

ஒரு வாரம் முன்பு வெளியாகியதால், மாப்பிள்ளைக் கிண்டலில் அதிகமாய் மாட்டிக்கொண்டது எனது நடனம்தான்.

எனது நடன ஆர்வம் பரதநாட்டியத்தோடு நின்றுவிடவில்லை.

~

ஒருமுறை பிரபல டைரக்டர் கே. சுப்பிரமணியம் தனது 'நர்த்தன முரளி' என்ற படத்துக்காக இந்தியாவின் அனைத்து மூலைகளிலிருந்தும் பல்வேறு விதமான நடன ஆசிரியர்களைச் சென்னைக்கு வரவழைத்திருந்தார். படத்தின் பொருட்டு அவர்களெல்லாம் சில காலம் சென்னையிலேயே தங்கியிருந்தார்கள். அப்படிப்பட்டவர்களில் ஒருவர்தான் கதகளி குமார்.

கதகளி நடனம் கற்க முடிவுசெய்து அவரிடம் நான் சென்றபோது அங்கே கதக் நடனமணி போலோநாத்தை நான் சந்தித்தேன். அவரும் கதகளி கற்கக் குமாரிடம் வந்திருந்தார்.

கதகளி நடனத்தில் கண்களுக்கு மிக நல்ல பயிற்சி உண்டு. கண்ணில் பசுநெய் தடவி, கண்ணெதிரே குருவின் கையசைப்புக்கு ஏற்ப கண்ணசைக்கும் பயிற்சியை மட்டும் தினசரி செய்து வந்தால் போதும், கண்ணாடி போடுவதற்கோ பிற்பாடு வயதான காலத்தில் ஆபரேஷன் என்ற பேச்சுக்கோ இடமேயில்லை என்று சொல்கிறார்கள்.

என் விஷயத்தில் நான் கண்ணாடி போடுவதைத் தவிர்க்க முடியவில்லை. ஆனால், கண் ஆபரேஷன் போன்ற அசம்பாவிதம் எதுவும் நடக்காமல் இருப்பதற்கு இன்றளவிலும் பசுநெய் தடவி நான் செய்துவரும் கண்ணசைவுப் பயிற்சிகள்தான் காரணமோ எனத் தோன்றுகிறது.

சரி, விஷயத்துக்கு வருகிறேன். கதகளி குமாரிடம் கதகளியும் கூடவே போனஸாக போலோநாத்திடம் 'கதக்'கும் கற்ற நான், மீனவன் டான்ஸில்தான் பெரிதும் புகழ்பெற்று விளங்கினேன்.

மீனவன் டான்ஸில் அரிச்சுவடியை நான் கற்றதென்னவோ கதகளி குமாரிடம்தான்.

இருப்பினும் அவரை அப்படியே காப்பியடித்து ஆடுவதில் எனக்கு விருப்பம் இருக்கவில்லை.

ஆட ஆசைப்பட்ட முதல் மனிதன் எப்படியும் இயற்கையிடமிருந்துதானே அதைக் கற்றிருப்பான் என்கிற எண்ணத்தில்,

காலை வேளைகளில் நான் கடற்கரைக்குப் போய் உட்கார்ந் திருப்பேன். அலைகளின் ஆர்ப்பரிப்பும் படகுகளின் அசைவும் அழகான நர்த்தனமாய் என் மனதில் பதியும். இயற்கை தந்த இன்ஸ்பிரேஷனோடு மேடையில் மீனவனாய் ஆடும்போது, மக்கள் அதைப் பெரிதும் ரசித்தார்கள். இதன்பின் அரசாங்கக் கலை விழாக்கள் எங்கே நடந்தாலும் அதில் என்னுடைய மீனவன் டான்ஸூம் ஒரு முக்கிய ஆயிட்டமாகச் சேர்த்துக் கொள்ளப்பட்டது.

இதற்கிடையே சிறு பிரச்னை ஒன்றின் காரணமாக நான் நடராஜன் – சகுந்தலா தம்பதியின் ட்ரூப்பிலிருந்து பிரிந்து வர நேர்ந்தது.

அப்படி அங்கிருந்து வந்த பிறகு, மயிலை ரசிக ரஞ்சனி சபாவில் நான்கு நாட்கள் நடந்த கலைவிழா ஒன்றில் நான் எனது தனிப்பட்ட ட்ரூப்புடன் மேடையேறினேன்.

எங்கள் ட்ரூப்பில் அப்போது மூன்று அயிட்டங்கள் முக்கியமானவை. புத்தர், இயேசுகிறிஸ்து, சிவதாண்டவம். அப்போது திருக்கழுக்குன்றம் டி. பட்டம்மாள் எனும் பிரபல நர்த்தகியும் எங்கள் ட்ரூப்பில் ஒருவர்.

ட்ரூப்பின் இசையமைப்பாளர் கேப்ரியல், வித்தியாசமான முறையில் இசைக்கருவிகளைக் கையாள்வார். ரம்பத்தை வளைத்துப் பிடித்து அதில் வயலின் வில்லைச் செலுத்தி வாசிப்பார்.

ஜலதரங்கம் மாதிரி தபேலாதரங்கம் என்று ஒன்று உண்டு. அதன்படி ஏழு தபேலாக்களைச் சுற்றிலும் வைத்து வாசிக்க பயங்கரத் தேர்ச்சி வேண்டும். அதில் கேப்ரியல் கில்லாடி. இப்படி வல்லவர்களும் நல்லவர்களும் இணைந்திருந்த டீம் அது.

‘புத்தர்’ நாடகத்தில் நாங்கள் செய்திருந்த சில காட்சியமைப்புகள் பற்றிப் பல பத்திரிகைகளில் குறிப்பிட்டிருந்தார்கள். அதாவது இறந்த ஒருவர் உடலைப் பாடையில் வைத்து இடுகாட்டுக்குத் தூக்கிச் செல்வதை இளைய பருவத்தில் ‘சித்தார்த்தா’வாக வரும் புத்தர் பார்க்க நேரிடுகிறது அல்லவா. அந்தக் காட்சியில் அருவருப்பு வராமல் இருக்கப் பிணத்தை மேடைக்குப் பின்புறம் எடுத்துச்செல்ல வைத்தோம். அதை மேடை ஸ்க்ரீன் ஒன்றில் நிழலாய் மட்டுமே தெரியும்படி ‘லைட்டிங்’ செய்தோம். இதற்குப் பிரமாத வரவேற்பு.

இயேசு கிறிஸ்து நாட்டிய நாடகத்திலும் அப்படிச் சில நிழல் காட்சிகளை அமைத்திருந்தோம். இந்த நாட்டிய

நாடகங்களில் என்னோடு நடித்தவர்களில் பிரபல நகைச்சுவை நடிகர் சந்திரபாபுவும் ஒருவர்.

ஆங்!... சொல்ல மறந்தேனே, எனது நாட்டியத் திறனால் ஒருமுறை சினிமாவில் நடிக்கவும் எனக்கு வாய்ப்பு கிடைத்தது.

அது – *சினிமா உலகம்* என்றொரு பத்திரிகையை நடத்தி வந்த சினிமா தயாரிப்பாளர் பி.எஸ். செட்டியாரிடமிருந்து வந்த அழைப்பு.

கன்னா ஃபிலிம்ஸார் எடுத்த 'திருமழிசை ஆழ்வார்' என்ற அந்தப் படத்தில் ஆழ்வாருக்கு ஒரே சமயத்தில் கடவுள் கிருஷ்ணராகவும் சிவனாகவும் காட்சி தருவார். வைணவமும் சைவமும் ஒன்றுதானோ என்று ஆழ்வாரை எண்ண வைக்கும் அந்த ஸீனில் அந்த இரு கடவுளர்களாகவும் நடித்தேன்.

சிவனாக வரும்போது சிவதாண்டவமும் ஆடியிருக்கிறேன். சிவன் என்பதால் தலைக்கு மேலே நிஜமான பாம்பையே சுற்றி 'செட்டப்' செய்துவிட்டார்கள். அப்போது ஒரு சுவையான சம்பவம்.

~

எனக்கு எதிர்ப்புறத்தில் காமிராமேன், டைரக்டர். பக்கவாட்டில் பாம்பாட்டி கறுப்புத்துணி ஒன்றைத் தன் கையில் பிடித்தபடி பாம்பை இயக்கிக்கொண்டிருந்தார்.

நிஜமான பாம்பு என்று தெரிந்ததும் காட்சியில் திருமழிசை ஆழ்வாராக நடித்த பிரபல நடிகர் தண்டபாணி தேசிகர் என்னிலிருந்து நாலடி தள்ளிப்போய் நின்றுதான் டயலாக்கே பேசினார்! பக்கத்தில் பார்வதியாக நின்று நடித்துக்கொண்டிருந்த நடிகையோ, பய விழிகளோடு அடிக்கடி என் தலையையே ஏறிட்டுக்கொண்டிருந்தார்.

நான் டயலாக் பேசும் நேரத்தில் சவுண்ட் இஞ்ஜினீயர் என்னிடம், "சார்... இன்னும் கொஞ்சம் உரக்கப் பேசுங்கள்... பாம்பு சீறுகிற சத்தத்தில் உங்கள் பேச்சே கேட்கவில்லை" என்றார்.

இன்னொருபுறம் காமிராமேன், "சார்... பாம்பு கொஞ்சம் மேலே போயிடுச்சு... அதைக் கொஞ்சம் கீழே இறக்கிக்குங்க..." என்றார்.

வெளிப்பார்வைக்கு நெஞ்சை நிமிர்த்திக்கொண்டு நடனமாடிய போதிலும் உள்ளுக்குள் எனக்குமே திகில்தான். பாம்பு நல்லவேளையாக என்னை ஒன்றும் செய்யவில்லை. பல் இல்லாத கோபத்தில் என் தலை 'விக்'கை மட்டும் கொஞ்சம் கிளறிச் சிக்கலாக்கிவிட்டு இறங்கிக்கொண்டது. தலைக்கு வந்த ஆபத்து தலைப்பாகையோடு போனது மாதிரி எனக்கு வந்த ஆபத்து என் ஜடாமுடியோடு போயிற்று!

இப்படி நடனம் என் வாழ்க்கையில் படு ஸ்பீடில் புகழ் பெற்றுத்தந்தபோதிலும் எனக்கு ஒரு கட்டத்தில் அதன் மீதான 'காதல்' முறிந்தது.

நான் ஆட வேண்டும் என்கிற தாகம் ஏனோ தணிந்துவிட்டது. ஆனால், இன்றளவிலும் நல்ல நாட்டிய நிகழ்ச்சிகளைப் பார்த்து ரசிக்கிற மோகம் மட்டும் குறையவே இல்லை. இசை, நடனத்தை விட ஓவியமும் சிற்பக்கலையும்தான் என் வாழ்க்கையின் முக்கிய விலாசங்களாக இருக்கவேண்டுமென நான் நினைத்தேன். இந்த எண்ணம் உறுதிப்படக் காரணமாக இருந்தது நானும் எனது நண்பர் கே.சி.எஸ். பணிக்கரும் சேர்ந்து சென்ற ஒரு டூர்!

நண்பர் பணிக்கர் பற்றி இங்கே சொல்ல வேண்டும். தபால் மற்றும் தந்தி இலாகாவில் பணிபுரிந்து கொண்டிருந்தவர். தன் உலகம் அதுவல்ல என்று முடிவெடுத்து ஓவியக் கல்லூரியில் வந்து சேர நுழைவுத் தேர்வு எழுதினார். நுழைவுத் தேர்வில் ஜெயித்து நேரடியாக மூன்றாமாண்டுப் படிப்பில் சேர்ந்தார். நானும் அப்போது மூன்றாமாண்டில் இருந்தேன். நெருங்கிய நண்பர்களானோம்.

பணிக்கர், வாட்டர் கலர் லேண்ட்ஸ்கேப் பெயிண்ட்டிங்கில் படு கெட்டிக்காரர். இவரது மனைவி ராமாபாய் பணிக்கரும் எங்களுடனேயே கல்லூரியில் படித்தவர்.

பணிக்கரும் நானும் கல்கத்தா, பம்பாய், தில்லி போன்ற பல இந்திய நகரங்களையும் சென்று பார்த்தோம். குறிப்பாக வங்காளம்! இந்தியக் கலை உலகின் வாசற்படி வங்காளம் என்பதாக அதுவரை கேள்வி மட்டுமே பட்டிருந்த எங்களுக்கு அந்த டூர் பரவச அனுபவத்தைக் கொடுத்தது.

அங்கே நந்தலால் போஸ், ஜாமினி ராய் போன்ற இந்தியாவின் மதிப்புமிக்க ஓவியர்களைச் சந்தித்துப் பேசும் பாக்கியம் எங்களுக்குக் கிட்டியது.

அங்குள்ள சாந்திநிகேதனில் நாங்கள் ஒரு வித்தியாசமான சிற்பியைச் சந்தித்தோம். அவர் பெயர் ராம்கிங்கர்பேஜ்,

மலைநாட்டைச் சேர்ந்தவர். சிறுவயதிலிருந்து காடு மலைகளிலேயே வாசம் புரிந்தவர். படிப்பறிவு எதுவும் கிடையாது. அப்பேர்ப்பட்ட வருக்கு அற்புதமாகச் சிற்பம் செய்யும் திறன் எங்கிருந்துதான் வந்ததோ? யார் சொல்லிக் கொடுத்ததோ தெரியவில்லை. ஆனால், ராம்கிங்கர்பேஜ் சிற்பங்கள் செய்யும் விஷயத்தில் ஒவ்வொரு இன்ச்சிலும் 'அதிசயம்' காட்டினார்.

இத்தனை அகலம் இத்தனை நீளம் என்று டயாமீட்டர் கணக்குப் போட்டு முகம் அளந்து உடம்பளந்து சிலை செய்கிற வேலையெல்லாம் அவரிடத்தில் பார்க்க முடியாது. 'எதையும் கண்ணால் பார்த்துப் பழகணும்' என்பதுதான் அவர் தியரி. கண் பார்த்ததைக் கை செய்யும். மந்திரவாதி கணக்காய்ச் சிலை தத்ரூபமாக அவர் கையிலிருந்து உயிர்பெறுவதைப் பார்க்கையில் நமக்குச் சிலிர்த்துப் போகும். சுற்றிலும் கூடி நின்று தங்கள் ஆசிரியர் காட்டுகிற வித்தையை (!) சாந்திநிகேதன் மாணவர்கள் வாய்பிளந்து பார்த்துக்கொண்டிருப்பார்கள்.

ராம்கிங்கர்பேஜ் அதிகம் பேசமாட்டார். அப்படியே பேசினாலும் அதை அடுத்தவர் புரிந்துகொள்வது சற்றுக் கடினம். அவ்வப்போது நல்ல நாட்டுச்சரக்காய்ச் சுத்தமான சாராயத்தை உள்ளிறக்கிக்கொள்வார். கண்கள் எப்போதும் செவசெவவென்றே இருக்கும். ஆனால், அந்தக் கைகள்! அடேயப்பா...! ஆண்டவனின் வரப்பிரசாதங்கள் அவை. 'இந்திய ரோடான்' என்றுகூட நாம் அவரைச் சொல்ல முடியும்.

'மண்ணுலக பிரம்மா யாராக இருக்க வேண்டும். யாரிடமிருந்து இந்த நாடு எதைக் கற்க வேண்டும்' என்பது அந்த இறைவன் போடுகிற முடிச்சு. அதை மனதார ஏற்று நடக்கிற பக்குவமும் மனம் திறந்து பாராட்டும் பண்பும் இருந்தால் மட்டுமே ஒருவன் மனிதனாக இருக்க முடியும்.

நாங்கள் மனிதர்களாக இருந்தோம்.

அந்தக் காட்டுவாசிக் கலைஞரின் கையெடுத்துக் கண்களில் ஒற்றிக்கொண்டோம்.

~

ஓவியக் கல்லூரியில் படிப்பு முடித்து டிப்ளமா பெற்றதும் எல்லாருக்கும் வரும் 'கமர்ஷியல்' ஆசை எங்களுக்கும் வந்தது.

நான் மயிலை தேவராஜ முதலி தெருவிலும், நண்பர் பணிக்கர் டவுனில் கோவிந்தப்ப நாயக்கன் தெருவிலும்

எஸ். தனபால்

சிறியதாக இடம் பார்த்துக்கொண்டோம். விளம்பரங்களுக்கு வரைந்து கொடுத்தால் காசு அமோகமாகச் சம்பாதிக்கலாம் என்கிற நிலை இருந்தாலும் ஏனோ எங்கள் இருவராலுமே அதனோடு முழுமையாய் ஒட்ட முடியவில்லை. அதற்குக் காரணம் வரையறைதானோ என இப்போது தோன்றுகிறது.

அதாவது, நம் மனதில் பட்டதையெல்லாம் சார்ட்டில் கொட்டிக் கவிழ்க்கிற வேலையைக் கமர்ஷியல் படங்களில் செய்ய முடியாது. ஒரு குறிப்பிட்ட எல்லைக்குள் நின்று... அந்த சப்ஜெக்டுக்காக மட்டுமே யோசித்து... ரொம்பவும் நேரடியாக மெஸேஜ் சொல்லவேண்டிய கட்டாயம் ஏற்பட்டுவிடுகிறது. அப்போது, நம் கலையுணர்வுக்குக் கட்டுப்பாடு வந்துவிட்டாற் போன்றதொரு பிரமை. நல்ல வேளையாக ஆறே மாதங்களில் காமர்ஷியலிலிருந்து எங்களுக்கு விடுதலை கிடைத்தது. வாங்கித் தந்தவர் ராய் சவுத்ரி.

ஆம்...! ஓவியக் கல்லூரியில் எங்கள் இருவருக்கும் வேலை கிடைத்தது! அப்போதெல்லாம் வேலைக்கு ஆசிரியர்களைச் சேர்க்கும்போது வெறும் சர்டிபிகேட் பார்த்துவிட்டுச் சேர்க்க மாட்டார்கள். எங்களுக்கான இன்டர்வியூவில், நாங்கள் அந்தக் கல்லூரியின் முன்னாள் மாணவர்கள்தான் என்றபோதிலும் மீண்டும் வரையச் சொல்லிப் பரீட்சித்தார்கள். வேலை இருவருக்கும் 'மெரிட்'டிலேயே கிடைத்தது.

வேலையில் சேர்ந்தபோது எனது அடிப்படைச் சம்பளம் இருபத்தெட்டு ரூபாய். ஆனால், அது ஒன்றும் மோசமில்லை. அப்போதெல்லாம் ஆறு அல்லது ஏழு ரூபாய்க்குள் ஒரு மூட்டை அரிசியே வாங்க முடியும்.

சம காலத்தில் எங்களுடன் படித்தவர்களில் அநேகம் பேர் பெரிய உத்தியோகம் பெற்றுப் பிரபலமாகியிருக்கிறார்கள். கோபால் கோஷ் என்பவர் எங்களைப் போலவே கல்கத்தா ஓவியக் கல்லூரிக்கு ஆசிரியர் ஆனார். தாஸ் குப்தா, தில்லி தேசிய மியூஸியத்தில் சேர்ந்து கடைசியில் அதன் இயக்குநராகவே பதவி வகித்தார்.

சுஷில்குமார் முகர்ஜி எனும் நண்பர் ஊட்டி லவ்டேல் கான்வென்ட்டில் ஆசிரியராகப் பணிபுரிந்துவிட்டு, தற்போது அமெரிக்காவில் செட்டில் ஆகியிருக்கும் ஆர்ட்டிஸ்ட்! ஓவியம் தவிர, இவருடைய பொழுதுபோக்கு புல்லாங்குழல் வாசிப்பது. வாசித்தால் தேவகானமாய் இருக்கும். (சுஷில் இன்றும் இருக்கிறார். எப்போதாவது இந்தியா வந்தால், எங்களைப் பார்த்துப் பழைய நினைவுகளை அசைபோடாமல் போவதில்லை.)

அடுத்தாற்போல் எங்கள் ஜூனியரான சீனிவாசன் விகடனில் சேர்ந்து தத்ரூபமாய் தெய்வ விக்ரகங்களை வரைந்து லட்சக்கணக்கான வாசகர்கள் பாராட்டிய 'சில்பி' ஆனார்.

இன்னொருவர் கே. சீனிவாசலு கலாக்ஷேத்ராவில் நுழைந்து வெற்றிக்கொடி நாட்டினார். லட்சுமிபாய் எனும் எங்கள் வகுப்பு மாணவி, அரசியலில் நுழைந்து பிற்பாடு ஆந்திராவின் கல்வியமைச்சரானார். கலாசாகரம் ராஜகோபால், வெங்கடேசன் போன்றவர்கள் பலரும் வியந்து போற்றிய சிற்பிகள் ஆனார்கள். இப்படிப் பலபேர் உண்டு! (லிஸ்ட்டில் எவரேனும் விடுபட்டிருந்தால் என்னைக் குற்றம் சொல்லிவிடக் கூடாதில்லையா? அதற்குத்தான்!)

ஒன்றாகக் கல்லூரியில் படித்த காலத்தில் நாங்கள் நாலைந்து பேர் எப்போதும் ராய் சவுத்ரியின் உதவிக்கு இருப்போம்!

சி.பி. ராமசாமி ஐயர், திருவாங்கூர் மகாராஜா, ஐரோப்பிய கவர்னர்கள் போன்ற பலபேருடைய சிலைகளையும் ராய் சவுத்ரி செய்தபோது அவருடன் கூடவே நின்று உதவியதும் பல விஷயங்கள் நாங்கள் கற்றதும் மறக்க முடியாதது!

ராய் சவுத்ரி எப்போதும் வங்காளி ஸ்டைலில் லூசான பைஜாமா, ஜிப்பா அணிந்திருப்பார். அந்தப் பழக்கம் எங்களில் பலரையும் தொற்றிக்கொண்டுவிட நாங்களும் அதுமாதிரியே அணியத்து வங்கினோம்.

ஒருமுறை... முழு உருவச்சிலை ஒன்றைச் செய்துகொண் டிருந்தார் ராய் சவுத்ரி! பக்கவாட்டில் ஏணி போட்டிருக்க ... அதன்மேல் ஏறி நின்றுகொண்டு சிலையின் முகத்தில் டச்சப் வேலைகள் செய்துகொண்டிருந்தார்.

நாங்களெல்லாம் (ஒரு மாணவி உட்பட) கீழே நின்று அவர் பணிசெய்யும் அழகையே பார்த்துக்கொண்டிருந்தோம்.

திடீரென்று சக மாணவர் வெங்கடேசன், 'சார்... கமிங் டவுன் சார்... கமிங் டவுன் சார்...' என்று கத்தினார். ராய் சவுத்ரி, சிலையின் தலைதான் கீழே விழப்போகிறதோ என்கிற பயத்தில் தன் உடலோடு சேர்த்துச் சிலையின் தலையை அழுத்தி... கட்டிப் பிடித்துக்கொண்டார். இதற்குள் எங்களுக்கு வெங்கடேசன் எதைச் சொன்னார் என்று புரிந்துவிட்டதால், நாங்கள் 'குபுக்'கெனச் சிரித்துவிட்டோம். மாணவியோ, அந்த ரூமைவிட்டே ஓடிவிட்டார்.

எங்கள் சிரிப்பின் அர்த்தம் புரியாமல் குழம்பி நின்றார் ராய் சவுத்ரி. வெங்கடேசன் தாமதிக்காமல், 'சிலையில்லை

சார்... உங்கள் பைஜாமாதான் கீழே விழப் பார்க்கிறது.' என்று சொன்னதும்தான் ராய் சவுத்ரிக்குத் தன் பைஜாமாவின் நாடா அவிழ்ந்துபோயிருப்பது தெரிந்தது.

இதை எதற்குச் சொல்கிறேன் என்றால் தன் உடலோடு ஒட்டியுள்ள துணி அவிழ்வதுகூடத் தெரியாமல், தான் செய்கிற வேலையோடு ஒன்றிப்போன கலைஞர் ராய் சவுத்ரி என்பதைத் தெரிவிக்கத்தான்.

தன்னை மறந்து ஈடுபடும் நிலை சில கலைஞர்களுக்கு மட்டுமே கிடைக்கும் வரப்பிரசாதம்.

~

ஓவியக் கல்லூரியில் படித்து முடித்தோ அல்லது பாதியிலோ வெளிவருபவர்களில் பெரும்பாலோர் கமர்ஷியல் ஆர்ட்டிஸ்ட்டுகளாகத்தான் போவார்கள் என்று சொன்னேன் இல்லையா? அதிலும் குறிப்பாக பேனர் பெயிண்ட்டிங் செய்யும் வேலையில் இறங்கியவர்கள்தான் பல பேர்.

பேனர் பெயிண்ட்டிங் செய்வது என்பது அந்தக் காலத்தில் மக்கள் மத்தியில் அந்தஸ்துக்குரிய விஷயம். காரணம், அப்போதெல்லாம் ஓவியக் கண்காட்சிகள் நடத்தும் ஓவிய காலரிகளோ, அகாடமிகளோ இருந்ததில்லை. ஓவியக் கலையின் தரிசனத்தை மக்கள் பெற முடிந்ததே சில பத்திரிகைகள் மற்றும் இம்மாதிரி பொது இடங்களில் வைக்கப்பட்ட பேனர்களில்தான். சென்னை சென்ட்ரல் ஸ்டேஷன் அருகே கே. மாதவன் எனும் ஆர்ட்டிஸ்ட், பேனரில் வரைந்திருந்த சரஸ்வதி படம் ஒன்றைப் பார்த்து அன்று வியந்து பாராட்டாத சென்னைவாசி கிடையாது.

ஏகப்பட்ட உதவியாளர்களை வைத்துக்கொண்டு பரபரப்பாக இயங்கி வந்த பேனர் ஆர்ட்டிஸ்ட்டுகளில் கே. மாதவன் முக்கியமானவர். ஓவியக் கல்லூரி மாணவர்கள் எல்லோருமே அவரது கலைக்கூடத்துக்கு விசிட் செய்யாமல் இருக்கமாட்டார்கள். நானும் ஒருமுறை சென்றிருக்கிறேன்... பேனரில் வரையப்பட்டிருந்த அவுட்லைன் மீது பெயிண்ட் செய்யும்படி என்னிடம் பிரஷ் கொடுத்தார் மாதவன். அதுவரை க்ரையான் பென்சில்களில் ஓவியம் தீட்டியிருந்த எனக்கு இப்படிப் பிரமாண்ட சைஸுக்கு வார்னிஷில் பெயிண்ட் அடித்தது புதிய அனுபவமாக இருந்தது.

பேனர் ஆர்ட்டிஸ்ட்டுகளில் எஸ்.வி. நமச்சிவாயம், கண்ணன், பாலு பிரதர்ஸ், நடராஜன், தணிகாசலம் போன்றவர்கள் அப்போது கொடிகட்டிப் பறந்தவர்கள். தியாகராஜ பாகவதரோ, சிவாஜியோ, எம்.ஜி.ஆரோ யாராயினும் இவர்கள் கைகளில் சித்திரமாய் உயிர்பெறும் விந்தையைச் சென்னை கண்கொட்டாமல் பார்த்து ரசித்தது.

நம் நாடு சுதந்திரம் பெறுவதற்கு முன்பெல்லாம் ஓவியர் என்றாலே பல வீடுகளும் ரவிவர்மாவை மட்டுமே அறிந்து வைத்திருந்தன. ரவிவர்மாவின் சித்திர காலண்டர்களைச் சேகரித்து வைப்பது ஒருவித ரசனையாக இருந்தது.

அந்தக் காலகட்டத்தில் சென்னையில் குடியிருந்த பிரிட்டிஷ்காரர்களும் ஐரோப்பியர்களும் சற்று வித்தியாச மானவர்கள்.

ஓவியக் கல்லூரி மாணவர்கள் தாங்கள் வரைந்த ஓவியங் களை எடுத்துக்கொண்டு பிரிட்டிஷ் அதிகாரிகளின் வீடுகளுக்குப் போனால், நல்ல படைப்புகளை உடனடியாகக் காசு கொடுத்து வாங்கும் சீமாட்டிகள் இருந்தார்கள். பல மாணவர்களின் பசிக்கொடுமை இதனால் தீர்ந்திருக்கிறது.

அந்த நிலையில், நம் சாதாரண இந்தியர்களின் கலாரசனையும் உயரவேண்டும் என்பதற்காகக் காங்கிரஸ் கட்சி கொஞ்சம் சிரமம் எடுத்துக்கொண்டது.

காங்கிரஸ் தலைவர்களில் சத்தியமூர்த்தி, ஓவிய உலகின் தீவிர ரசிகர். பழைய சத்தியமூர்த்தி பவன் தீப்பிடித்து எரிவதற்கு முன்னால், அங்கே அவ்வப்போது குட்டிக் குட்டியாக ஓவியக் கண்காட்சிகள் நடக்க ஊக்கமளித்தவர் சத்தியமூர்த்தி.

பிற்பாடு கட்சித் தலைமை ஏற்ற காமராஜர், சத்தியமூர்த்தியின் அடியொட்டித் தானும் ஓவிய உலகுக்குத் தொண்டாற்ற விரும்பினார்.

காங்கிரஸ் கட்சி ஆபீஸாக தேனாம்பேட்டை காங்கிரஸ் மைதானம் உருவானது. அங்கே ஓவியக் கண்காட்சி மேளாவைத் தொடர்ந்து இருபது நாட்களுக்கு மேலாக நடத்திக் காட்டினார் காமராஜர்.

என்.கே. விநாயகம் எனும் காங்கிரஸ் தலைவரிடம் பொறுப்புகளை ஒப்படைத்திருந்தார் காமராஜர். நானும் பணிக்கரும் அந்த ஓவியக் கண்காட்சி சிறப்புற இரவு பகல் பாராமல் உழைத்தோம். இருபத்துநாலு மணி நேரத்தில் இருபது மணி நேரம் வேலை செய்துவிட்டு மிச்சம் நாலு மணி நேரத்தில்,

ஓரத்தில் சுருட்டிவைக்கப்பட்ட ஸ்க்ரீன் துணிகளின் மீது துயில் கொண்டிருக்கிறோம். எங்களின் தோளோடு தோள் நின்றார் விநாயகம்.

ஓவியக் கண்காட்சியையே பார்த்திராத சென்னைவாசிகளைக் கவர்வதற்காக ஓவியங்களை டிஸ்ப்ளே செய்த விதத்தில் பலவிதமான புதுமைகள் செய்தோம்.

மைதானத்தின் நுழைவாயில் மகாபலிபுரத்துச் சிற்பவாசல் மாதிரி அமைக்கப்பட்டிருந்தது. க்ரையான் ஓவியம், ஆயில் பெயிண்ட்டிங், சிற்பக்கலை, குழந்தைகள் ஓவியம் என்று பல பிரிவுகளில் கண்காட்சி அமைந்தது. ஓவியம் பற்றி ஓவியர்களே மேலும் புரிந்துகொள்ளும் விதத்தில் கண்காட்சி வெற்றிகரமானது.

இதே காலகட்டத்தில் உருவானதுதான் தென்னிந்திய ஓவியர்கள் சொஸைட்டி. அப்போது சென்னை கவர்னருக்குப் பாதுகாப்பு அதிகாரியாக இருந்த கர்னல் ரீட் என்பவர் துவக்கி வைத்த சொஸைட்டி அது. இன்றும் அது உள்ளது. இந்தச் சங்கத்தில் ராய் சவுத்ரி, சையத் அகமது, கிருஷ்ணாராவ், கலாசாகரம் ராஜகோபால், பணிக்கர், நானெல்லாம் முக்கிய அங்கத்தினர்களாக இருந்தோம்.

மேன்மேலும் பயனுள்ள ஓவியக் கண்காட்சிகள் நடத்தி, மக்கள் ரசனைக்கும் புதைந்துகிடக்கும் ஓவியத்திறனுக்கும் மறுவாழ்வு கொடுப்பதே சங்கத்தின் முக்கிய நோக்கமாக இருந்தது.

~

தென்னிந்திய ஓவியச் சங்கத்தின் விளம்பரங்களுக்கு சாரங்கன் என்ற ஓவியக் கல்லூரி மாணவர் பெரிதும் உதவினார். பல பத்திரிகைகளோடும் தொடர்பு வைத்திருந்த இவர், பிற்பாடு இந்தியப் புத்தக வெளியீட்டுத் துறையின் முக்கிய அதிகாரியானார்.

இப்படிச் சென்னையில் நாளொரு மேனியும் பொழுதொரு வண்ணமுமாக 'ஓவியக் கலை' தன்னுடைய பல கிரணங்களையும் மெள்ள மெள்ள விரித்துக்கொண்டிருந்த நேரத்தில் இந்தியா சுதந்திரம் பெற்றது.

சுதந்திரம் பெற்றபின் ராஜாஜி கவர்னர் ஜெனரலாகப் பதவியேற்ற நேரம். நமது முன்னாள் ஜனாதிபதி ஆர். வெங்கட் ராமன் தமிழக அரசின் தொழில் துறை அமைச்சராகப்

பொறுப்பேற்ற வேளை . . . ஓவியக் கலைக்குப் பல புதிய வாசற்கதவுகள் திறந்தன.

கும்பகோணத்தில் குப்புசாமி ஐயர் என்ற பெரியவர் தன் சுயமுயற்சியால் டிராயிங் டீச்சர்களுக்கான ஓவிய வகுப்புகளை எடுத்துக்கொண்டிருந்தார். அப்போது தமிழகத்தில் தொழில் துறை அமைச்சராக இருந்த ஆர்.வி–யிடம், “கும்பகோணத்திலும் ஒரு ஓவியக் கல்லூரி தொடங்கி, சென்னைக் கல்லூரி மாதிரியே ஒரு அந்தஸ்துள்ள ஓவியக் கல்வியை ஏற்படுத்திக் கொடுங்கள்” என்று குப்புசாமி கேட்க, ஆர்.வி. உடனடியாக அதற்கு நடவடிக்கை எடுத்தார்.

கும்பகோணத்துக்கு ஓவியக் கல்லூரி வந்தது. தெற்குப் பக்கத்திய கிராமத்து இளைஞர்கள் பல்லாயிரக்கணக்கானோர் இதனால் பயன்பெற முடிந்தது.

கும்பகோணத்தில் ஓவியக் கல்லூரி என்றால் மகாபலிபுரத்தில் சிற்பக் கல்லூரி. கணபதி ஸ்தபதியின் தலைமையில் உருவாக்கப் பட்ட இந்தக் கல்லூரியினால் சிற்பக்கலை என்பது ஒரு குறிப்பிட்ட சமூகத்தினரின் பரம்பரைக் கலை மட்டுமே என்கிற நிலை மாறியது. தாழ்த்தப்பட்ட சமூகத்தினரும் இந்தக் கல்லூரியில் படித்துப் பலனடைந்து புகழ்மிக்க சிற்பிகளாக உருவானார்கள்.

இப்படி ஆர்.வி. தன் பதவிக்காலத்தில் ஓவியக்கலைக்குச் சில நல்ல காரியங்களைச் செய்ய முடிந்ததென்றால், அப்போது அவர் மனம் அறிந்து அவருக்கு உதவியவர், ஐ.ஏ.எஸ். அதிகாரி டி.கே.பி. பழனியப்பன். தஞ்சாவூர் கலெக்டராகவும் பிற்பாடு தலைமைச் செயலகத்திலும் முக்கியப் பதவியில் இருந்த டி.கே.பி. பழனியப்பன் ஓவியக்கலை உலகுக்குச் சாதித்துக் கொடுத்தவை பலப்பல. முக்கியமாய் சுவாமிமலைக் கோயிலின் விக்ரகங்களுக்கு ப்ரான்ஸ் கேஸ்ட்டிங்கும் மகாபலிபுரத்தில் கல்லைக் குடைந்து செதுக்கிய சில *stone carving* வேலைகளும் பழனியப்பன் முயற்சியால் நடந்தவை. ‘ஜப்பானிய முறையில் பொம்மைகள் செய்வதெப்படி?’ போன்ற வகுப்புகள் நடத்தி நூற்றுக்கணக்கானவர்களுக்கு வேலைவாய்ப்பு கிடைத்ததும் பழனியப்பன் காலத்தில்தான்.

சென்னை ஓவியக் கல்லூரியைப் பொறுத்தமட்டில், ஓவிய வளர்ச்சிக்கும் காலத்துக்கும் ஏற்ப புதிய ஆசிரியர்கள் தேவைப்பட்டார்கள்.

திறமையுள்ளவர்கள் எங்கிருந்தாலும் அவர்களை நேரடியாகச் சந்தித்து வலுக்கட்டாய அழைப்பு விடுவது எங்கள் வழக்கமாகியது.

டிராயிங் டீச்சர்களுக்கென ஆரம்பப் பயிற்சிகளைச் சொல்லிக் கொடுத்துக்கொண்டிருந்த ஹெச்.வி. ராம்கோபால், *சுதந்திரா* பத்திரிகையில் இருந்த காசா சுப்பாராவ், கீழ்ப்பாக்கம் ஆஸ்பத்திரி யில் ஆர்ட்டிஸ்ட் பணியிலிருந்த முருகேசன்... போன்றோர் நாங்கள் வீடு தேடிப்போய் அழைத்து வந்த கலைஞர்கள்!

ஓவியம்தான் வாழ்க்கை என்பதாக ஆரம்பத்திலிருந்தே யோசிக்காமல் இடையிலே சிந்தித்து... அதில் காலூன்றி அதையே வாழ்க்கையாக்கிக் கொண்டுவிட்ட புகழ்பெற்ற ஓவியர்கள் பலரது சரித்திரத்தை நீங்கள் இன்றும் சென்னை ஓவியக் கல்லூரியில் கேட்க முடியும்.

இந்த லிஸ்ட்டில் நான் ஏற்கெனவே குறிப்பிட்டது போல் முக்கிய நபர் பணிக்கர். இன்னொருவர் எல். முனுசாமி. இவர் சென்னை எழும்பூரில் மெடிக்கல் ஸ்டோர்ஸ் ஒன்றில் சாதாரண குமாஸ்தாவாகப் பணிபுரிந்து கொண்டிருந்தவர். தன்னுடைய பணியில் ஓய்வு கிடைத்தபோதெல்லாம் வரைவதிலேயே புத்தி செலுத்தியவர். ஏதோ ஒரு உந்துதலில் ஓவியம் பற்றி மேலும் அறிய என்னிடம் தனிப்பட்ட முறையில் பயிற்சிக்குச் சேர்ந்தார். பிறகு ஓவியக் கல்லூரியில் சேர்ந்து பட்டமும் பெற்றார்.

முனுசாமிக்கு ஊட்டி லவ்டேல் கான்வென்ட்டில் பணிபுரிய அழைப்பு வந்தது. ஊட்டி கான்வென்ட்டில் வேலை செய்வதானால் மேற்கத்திய நாகரிகத்தில் சூட்டு, கோட்டு, டை போட்டுக்கொண்டு நடமாடவேண்டும். ஆனால், முனுசாமிக்கோ இவையெல்லாம் சுத்தமாய்ப் பழக்கமில்லை.

பணிக்கர், முனுசாமிக்கு 'டை' கட்டிக்கொள்ள சொல்லிக் கொடுத்தார். 'சரியாகப் பழகும்வரை நான் இப்போது கட்டியுள்ள 'டை'யை டாய்லெட்டுக்குப் போனாலும் அவிழ்க்காதீர்கள்.' என்றார் தமாஷாக!

நான், முனுசாமியை அப்போது பிரபலமாயிருந்த குந்தன் மஹால் கடைக்கு அழைத்துச் சென்று சூட்டு கோட்டு தைக்க ஆர்டர் கொடுத்தேன். நடை உடையெல்லாம் மாற்றப்பட்ட போதிலும் சற்று மிரளமிரள விழித்துக்கொண்டிருந்த முனுசாமியை உற்சாகமாய்த் தட்டிக்கொடுத்து 'சவாலை ஏற்றுக்கொள்ளுங்கள்' என்றோம்.

மூன்று வருடங்களுக்கு அந்தப் பள்ளியில் வேலை செய்யப் போன முனுசாமி, தன் பணிக்காலம் முடிந்து திரும்பியபோது ஆளே மாறிப்போயிருந்தார். பின்னரும் ஒரு ஸ்காலர்ஷிப் காரணமாக பிரிட்டனுக்குச் சென்று படிக்க முனுசாமிக்கு

வாய்ப்புக் கிடைத்தது. திரும்பி வந்தவர், எங்களோடு கல்லூரியில் ஆசிரியராக இணைந்தார்.

முனுசாமி ஒரு விதம் என்றால் எனக்குக் கிடைத்த மற்ற மாணவர்களும் ஒவ்வொரு விதம்.

~

ராதா என்றொரு பெண். அந்தக் காலத்தில் புகழ்பெற்ற அறுவை சிகிச்சை நிபுணராக இருந்த டாக்டர் பாண்டலேவின் மைத்துனி. அந்தப் பெண்ணைக் கல்லூரிக்கு அனுப்பிப் படிக்க வைக்க ஏனோ அந்தக் குடும்பத்தினர் விரும்பவில்லை. என்னைத் தனிப்பட்ட முறையில் வீட்டுக்கே வரவழைத்து ராதாவுக்கு ஓவியக் கலையில் பயிற்சியளிக்கச் சொன்னார்கள். ரொம்பக் கொஞ்ச காலம்தான் வகுப்புகள் எடுத்தேன். ஆனாலும், ஆர்வம் இருந்ததால் துரிதமாகக் கற்றார் ராதா.

ராதாவுக்குத் திடீரென்று திருமணம் நிச்சயமானது.

டியூஷன் நின்றது.

ராதா மணந்துகொண்டது யாரைத் தெரியுமா?

திருவாங்கூர் இளைய மகாராஜாவை!

என்னிடம் சிறிது காலம் ஓவியம் கற்ற பெண், திருவாங்கூர் இளைய மகாராணியாயிருக்கிறார் என்பதில் இன்றளவிலும் எனக்குப் பெருமை உண்டு.

கே.எம். கோபால் என்றொரு இளைஞர். இவரை என் வீட்டுக்கு அழைத்து வந்து தனிப்பட்ட பயிற்சி கொடுத்து காலேஜில் சேர்த்துவிடும்படி சொன்னார்கள்.

"கோபால் கொஞ்சம் விளையாட்டுப் பிள்ளையாக இருக்கிறான்... இவனை ஏதாவது ஒன்றில் முன்னுக்குக் கொண்டுவர வேண்டுமே என்று கவலையாக இருக்கிறது" என்றார்கள் கோபால் வீட்டினர்.

கோபாலைப் பார்த்தேன்...

அரைநிஜார் உடை. அலைபாயும் கண்கள். தொடர்ந்து எதையோ அசைபோட்டுக்கொண்டே இருந்தது வாய். இவையெல்லாம் அந்த வயதுக்கே உரிய சேஷ்டைகள்.

இப்பேர்ப்பட்டவரை ஓவியத்தில் ஈடுபடச் செய்ய வேண்டுமென்றால், முதல்படியாக அவரது தோற்றத்தை மாற்றியாக வேண்டும் என முடிவெடுத்தேன்.

ராய் சவுத்ரியைப் பின்பற்றி நாங்களும் வங்காளிகள் ஸ்டைலில் பஞ்சகச்ச பைஜாமாவும் ஜிப்பாவும் அணிந்திருப்போம். அதுவே பிற்பாடு ஓவியக் கல்லூரியில் பல மாணவர்கள் விரும்பி அணியும் 'யூனிஃபார்ம்' ஆகிவிட்டது. அந்த மதிப்பான 'ஓவியர் உடை'யை அணியும்படி கோபாலை நான் நிர்ப்பந்தித்தேன். அந்த உடை, கோபாலுக்குள் என்னவிதமான மாற்றங்களை நிகழ்த்தியதென்று எனக்குத் தெரியவில்லை, ஆனால், அந்த உடையின் கம்பீரம் காரணமாகவோ என்னவோ, கோபால் ஓவியத்தில் வெறிகொண்டார். எனது சித்திரக்குளம் வீட்டின் முன்னறையில், சிறிது காலம் தங்கிக்கொண்டு கல்லூரிக்குப் போய்வந்தார் கோபால். படிப்பு முடித்தபின் கொஞ்ச காலம் சினிமாவிலும் பிற்பாடு அவரது சொந்த ஊரான சேலத்திலும் கமர்ஷியல் ஓவியராகப் பணிபுரிந்து கொண்டிருந்தார். பிறகு திடீரென்று ஓவியர்களின் ஊரான சோழமண்டலத்துக்கு வந்தார். மகாபலிபுரத்துக்கு அருகே இருக்கும் இந்த ஓவியர்களின் நகரில் கோபாலுக்கும் ஒரு இடம் உள்ளது. இன்று தனது இருப்பிடத்தில் இருந்துகொண்டு பிரமாதமான க்ரியேட்டிவ் ஆர்ட்டிஸ்டாகப் புகழ்பெற்று விளங்குகிறார் இந்த கோபால்.

அடுத்தது – ஆதிமூலம். இந்தப் பெயரைக் கேட்ட மாத்திரத்தில், விகடன் வாசகர்களுக்கு விழி விரியும் என்று எனக்குத் தெரியும். ஓவியர் என்கிற முறையில் வெறும் ஓவிய உலகிலும் ஓவிய ரசனை உள்ளவர்கள் மத்தியிலும் மட்டுமே பேசப்படுபவர் அல்ல இவர். வெளியுலகைச் சார்ந்தவர்களையும் ஓவியத்தின்பால் ஈடுபாடுகொள்ளச் செய்தவர் ஆதிமூலம். விகடனில் வெளிவந்த இவரது சமீபத்திய பயணக் கட்டுரை இதற்கு ஒரு உதாரணம். ஆதிமூலமும் ஓவியக் கல்லூரியில் சேரும்பொருட்டு என் வீட்டுக்கு வந்து தனிப்பட்ட பயிற்சி எடுத்துக் கொண்டவர்தான். ஆதிமூலத்தை எனது நண்பரும் *சினிமா உலகம்* பத்திரிகை ஆசிரியருமான பி.எஸ்.செட்டியார்தான் என்னிடம் அனுப்பிவைத்தார்.

பி.எஸ். செட்டியார், பாடகர் சீர்காழி சிவசிதம்பரத்தின் சித்தப்பா. இந்த உறவினர் வீட்டில் இருந்தபடிதான் ஆதிமூலம் ஒரு சைக்கிளில் வந்து என்னிடம் பாடம் கற்றுக்கொண்டு போவார்.

ஆரம்பத்திலிருந்தே தன் சித்திரங்களால் என்னை அசத்திய ஆதிமூலத்தைப் போல, அவர் கூடவே வந்து – அதே சமயத்தில் என்னிடம் பயின்ற கிருஷ்ணமூர்த்தியும் என்னைத்

ஒரு சிற்பியின் சுயசரிதை

தன் கைவண்ணத்தால் வியக்கவைத்திருக்கிறார். அந்தக் கிருஷ்ணமூர்த்தி வேறு யாருமல்ல, இன்று சினிமாவுலகில் கொடிகட்டிப் பறக்கும் ஆர்ட் டைரக்டர் கிருஷ்ணமூர்த்திதான்.

இந்த நீண்ட முடிக்காரரால் இன்னும் எப்படிப் பிரம்மச்சாரி யாகவே இருக்க முடிகிறது என்பது எனது ஆச்சரியமான கேள்வி. (ஸாரி கிருஷ்ணா... என்னால் இந்தக் கேள்வியை எனக்குள் மட்டுமே அடக்கிக்கொள்ள முடியவில்லை!)

இவர்கள் தவிர என்னிடம் ஓவியம் கற்ற மாணவர்களுள் என் மனதைக் கலக்கிய ஒருவர் உண்டு.

அவர் பெயர் ராமானுஜம்!

~

ஓவியர் ராமானுஜத்தைச் சரியாகப் புரிந்துகொண்டவர்கள் எவரேனும் இருப்பார்களா என்பது சந்தேகம்தான். புரிந்துகொள்ள முடியாத வித்தியாசமான ஓவியர் – அந்த என் மாணவர்.

அதிகம் பேசமாட்டார். ரொம்பத் தூரம் நடப்பார். தான் வரையும் ஓவியங்கள் அனைத்திலும் தன் முகச்சாயலை எப்படியாவது கொண்டு வந்துவிடுவார். அது ராஜாவானாலும் சரி, மந்திரியானாலும் சரி. ஓவியத்தின் முக்கிய காரெக்டர் கட்டாயம் தொப்பியணிந்து தாடி வைத்து... ராமானுஜத்தின் முகத்தை ஒத்திருக்கும். ஒருவிதத்தில் பார்த்தால் சர்ரியலிஸ்டிக் பெயிண்ட்டிங்.

ராமானுஜம் – திருவல்லிக்கேணி பார்த்தசாரதி கோயிலுக்கு எதிரே பாரதியார் வசித்த வீட்டில் குடியிருந்தார். அவருடைய தந்தை இரும்புக்கடை ஒன்றில் குமாஸ்தாவாகப் பணிபுரிந்து கொண்டிருந்தார். அந்த இரும்புக்கடை குமாஸ்தாவின் நண்பர் சாம்பசிவம் எனக்கும் நண்பர். அவர் மூலமாகத்தான் ராமானுஜம் என்னிடம் ஓவியம் பயிலச் சேர்ந்தார். எனது மந்தைவெளி வீட்டுக்கு அதிகாலை மூன்று மணிக்கெல்லாம் வந்துவிடுவார். திருவல்லிக்கேணியிலிருந்து நடந்தே வருவார். ஆசிரியரான என்னை எழுப்பி, "அப்படியே ஒரு வாக் போயிட்டு வரலாம், வாங்க..." என்பார். நான் மறுக்காமல் அவருடன் நடப்பேன். அங்கங்கே நின்றும் கடற்கரைக்குச் சென்றும் சில கதாபாத்திரங் களை விடுவிடுவென்று ஸ்கெட்ச் செய்வார் ராமானுஜம்.

இப்படியே அலுக்காமல், சலிக்காமல் அடையாறு, பெசன்ட் நகர் வரை தினமும் வாக் போவோம். அந்த மொபைல் வகுப்பு பல நாட்களுக்குத் தொடர்ந்து நடக்கும். திடீரென்று சில நாட்கள் ராமானுஜம் வரமாட்டார். அவருடைய அப்பா வருவார். "சார் ரெண்டு நாள் முன்னாடி உங்க வீட்டுக்கு வந்தவன் வீடே திரும்பலை" என்பார். கவலையோடு. ஒரு சில நாட்களில் "ஸ்ரீபெரும்புதூரில் பார்த்தோம்... காஞ்சிபுரத்தில் பார்த்தோம்..." என்று சொல்லி ராமானுஜத்தை மீண்டும் அழைத்து வருவார்கள்.

ராமானுஜம் இப்படித் திடீர் திடீரென்று பற்றற்று, வீடு துறந்துபோவதற்கு என்ன காரணம் என்று சொன்னதேயில்லை. நானும் கேட்டதில்லை.

என்னைப் பொறுத்தவரை ராமானுஜம் ஒரு வான்கா. (இந்தப் பிரபல ஓவியர் ரொம்ப 'மூடி' டைப்... உலகம் மொத்தமும் இவரை மனநிலை பாதிக்கப்பட்டவர் என்று சொன்னது.) வான்கா ஆன ராமானுஜத்தின் தனிமனிதப் போக்கைத் தெரிந்துகொண்டு எனக்கொன்றும் ஆகப்போவதில்லை. அதைவிட விழிகள் கிரகித்த சம்பவங்களை, அவர் விரல்கள் வடித்த வேகம்தான் என்னை அந்த மாணவர்பால் ஈடுபாடு கொள்ளச் செய்தது.

ராமானுஜம் பிற்பாடு கல்லூரியில் சேர்ந்தார். அரசாங்க ஸ்காலர்ஷிப்பிலேயே படித்தார். மிகச் சிறந்த ஓவியரானார். பிறகு, சோழமண்டலத்தில் வந்து சேர்ந்து அங்கும் கலக்கினார். லலித் கலா அகாடமி உட்பட பல ஓவியக் கழகங்களின் பாராட்டையும் பெற்றிருந்த இந்த என் மாணவர், அதிக நாட்கள் உயிர் வாழவில்லை என்பதுதான் வருத்தத்துக்குரிய விஷயம்.

ஒவ்வொரு பங்குனியிலும் சென்னை மயிலை கபாலீஸ்வரர் கோயிலில் உற்சவம் நடக்கும். திருவிழாக் கூட்டம் மயிலையை மொய்க்க, தினந்தோறும் வெவ்வேறு வாகனங்களின் மீதமர்ந்து உற்சவ கபாலீஸ்வரர் கண்கொள்ளாக் காட்சி தருவார். இது மயிலையில் பிறந்து, மயிலையிலேயே வளர்ந்து, தற்போது சற்றே தள்ளி மந்தைவெளியில் குடியிருக்கும் எனக்குப் புதிய காட்சி ஒன்றுமில்லை. ஆனால், இத்தனை வருடங்களாக இந்த உற்சவ காலத்தில் பார்க்காத ஒன்றை இந்த வருடம் எனது எழுபத்து மூன்றாவது வயதில்தான் பார்த்து ரசிக்கக்கூடிய பாக்கியம் கிடைத்தது.

உற்சவ அமர்க்களத்துக்கும் உற்சாகப் பக்தர் கூட்டத்துக்கும் நடுவே மாடவீதியில் அமைந்துள்ள அந்த முதலியார் சங்கச் சத்திரம் ஒன்றைச் 'சித்திரக்கூடம்' என்றார்கள். எட்டிப் பார்த்தேன்.

ஒரு சிற்பியின் சுயசரிதை

உள்ளே ஒரிஜினல் தஞ்சாவூர் பெயிண்ட்டிங்கில் சிவபுராணக் காட்சிகள். தயிர்க்காரி, குறவன் – குறத்தி என அந்தக் கால மரத்தில் உருவாக்கப்பட்டிருந்த காரெக்டர் கட் – அவுட்டுகள், சில சீனக் கண்ணாடி வேலைப்பாடுகள் என்று பலவிதமான கலைப் பொக்கிஷங்கள் காட்சிக்கு வைக்கப்பட்டிருந்தன. 'எல்லாம் நூற்றைம்பது வருடப் பழசு' என்றார்கள். அத்தனையையும் வெகுசீராகப் பராமரித்து வந்திருக்கிறார்கள். சரியாகச் சொல்வதானால், புதுமை செய்கிறோம் பேர்வழியென்று எந்தப் புதுப்பாணியையும் புகுத்தாமல், அந்தப் பொக்கிஷங்களைக் கெடுக்காமல், வைத்திருந்தார்கள்.

ஓவிய காலரிகள் இல்லாத அந்தக் காலத்தில், பக்தி அடிப்படையில் அமைந்த சைவ வழி ஓவியங்களை ஆதரித்து வாங்கி வைத்திருக்கிறது இந்தச் சித்திரக்கூடம். அவற்றைத்தான் இன்றுவரையிலும் கட்டிக்காத்து வந்திருக்கிறார்கள். ஓவிய ஞானமும் ரசனையும் உடையவர்கள் 'சபாஷ்' சொல்லாமலோ, பிரமிக்காமலோ இருக்க முடியாத புராதனக் கண்காட்சி அது.

உற்சவக் காலத்தில் மட்டும்தான் வெளியே எடுத்துக் காட்சிக்கு வைப்பார்களாம். மற்றபடி, அதை அழகாய் 'பாக்' செய்து கிடங்கு ஒன்றில் போட்டு சீலிட்டுவிடுகிறார்கள்.

இந்த அரிய பொக்கிஷங்களை இப்படி ஆண்டுக்கு ஒருமுறை மட்டுமே எடுத்து மக்கள்முன் வைக்காமல், ஒரு அருங்காட்சியகமாகவே அமைத்துத் தொடர்ந்து நம் மக்கள் பார்வைக்கு வைத்தால் எப்படியிருக்கும்...?

யோசித்தபோது ரொம்ப அழகாகத்தான் இருந்தது. ஆனால், அதிகமான வரும்படி இல்லாத அந்தச் சங்கத்துக்குத் தொடர் கண்காட்சி நடத்துவது எங்ஙனம் சாத்தியம் என்கிற உண்மை புரிந்தபோது என் மன ஆழத்தில் அந்த ஆசையைப் போட்டுப் புதைத்துக்கொள்வதைத் தவிர எனக்கு வேறு வழி இருக்கவில்லை.

~

என் வீட்டில் எல்லோரும் வேற்று ஜாதியில் மணம் புரிந்தவர்கள்தாம்.

என் அப்பா பக்கா ஆந்திரக்காரர்.இங்கே வந்து... மீஞ்சூர் பக்கத்திலிருந்து தமிழ் பேசும் என் அம்மாவை மணம் புரிந்தார். எனக்குத் திருமண வயது வந்தபோது என் அம்மா சொன்னார்:

"எனக்கு ஜாதி, மதம் முக்கியமில்லே. நீ யாரையாவது மனசில் வெச்சிருந்தாலும் சொல்லிடு. நானே கல்யாணம் பண்ணிவைக்கிறேன்...!"

"எனக்கு வரையவும், சிலை செய்யவும், டான்ஸ் ஆடவுமே நேரம் பத்தமாட்டேங்குது, இதிலே காதலிக்க ஏதும்மா நேரம்"

"சரியாப் போச்சு, அப்போ காதலிக்க நேரமில்லையேன்னுதான் காதலிக்கலையா?"

"அப்படியில்லைம்மா, காதலுக்காக டயம் ஒதுக்குற அளவுக்கு இன்னும் என்னை எந்தப் பொண்ணும் சலனப்படுத்தலே..."

"பேசாம ஒண்ணு செய். உடனடியா கல்யாணம் பண்ணிக்கோ. அப்புறமாவது காதலிக்க ஆரம்பி – உன் பொண்டாட்டியை!" – சொல்லிவிட்டு அம்மா சிரித்தாள்.

அம்மா சொன்ன நேரமோ என்னவோ, என் நாட்டிய நிகழ்ச்சியைப் பார்க்க வந்திருந்த நண்பர் ஒருவர் நிகழ்ச்சி முடிந்ததும், "தனபால், உனக்கு ஏத்த வகையில எங்க சொந்தக்காரப் பொண்ணு ஒருத்தி இருக்கா. கல்யாணத்துக்குப் பார்க்கட்டுமா?" என்றார்.

"என் மனதை முழுவதுமாய் அறிந்தவர் என் குரு ராய் சவுத்ரி. அதனால், பெண் வீட்டாரை அவர் பார்த்து அப்ரூவ் செய்தால் போதும். எனக்கு அவர்கள் வேற்று ஜாதி என்பதுகூட முக்கியமில்லை" என்றேன்.

பெண் வீட்டாரைச் சந்தித்துப் பேச ராய் சவுத்ரி மகிழ்வோடு ஒப்புக்கொண்டார்.

ஒரு சாயங்கால நேரத்தில், கல்லூரி முடிந்ததும் ராய் சவுத்ரி வழக்கமாய் உட்கார்ந்து பொழுதைக் கழிக்கும் அவரது குவார்ட்டர்ஸின் தோட்டத்துக்குப் பெண் வீட்டார் தங்கள் பெண்ணோடு வந்தார்கள்.

ராய் சவுத்ரியும் அவர் மனைவியும் வந்திருந்தவர்களுக்குத் தேநீர் கொடுத்துச் சிறிது நேரம் பேசிக்கொண்டிருந்தார்கள்.

திடீரென்று ராய் சவுத்ரி சொன்னார்: "கல்யாணம் பண்ணிக்கப்போறது அவங்க, அவங்க ரெண்டு பேரும் பேசட்டுமே!"

பெண் வீட்டார் மறுப்பேதும் சொல்லவில்லை. பெண்ணும் நானும் தனித்து விடப்பட்டோம். ரொம்ப நாணிக்கோணி தலைகவிழ்ந்தெல்லாம் அவர் உட்காரவில்லை. நான் கேட்ட

கேள்விகளுக்கு என்னை நேராய்ப் பார்த்துப் பதில் பேசினார். அதுவே என்னை அவர்பால் ஈர்த்த முதல் விஷயம்.

பேசப்பேச அவருக்குப் படிப்பு தவிரவும் டீச்சர் உத்தியோகம் தவிரவும் வீணையும் வாசிக்கத் தெரியும் என்று தெரிந்தபோது, அந்தப் பெண் மீனாட்சிதான் என் மனைவி என்று முடிவே செய்துவிட்டேன்.

அம்மாவிடம் வந்து சொல்லி மீனாட்சியைச் சந்திக்கச் செய்தேன். மீனாட்சியின் பேச்சும் பண்பும் அம்மாவுக்கு ரொம்பப் பிடித்துவிட்டது.

1945இல் எனது திருமணம்.

மதுரையில் நடந்த இந்தத் திருமணத்துக்கு முதல்நாள்கூட நான் திண்டுக்கல்லில் நாட்டிய நிகழ்ச்சி ஒன்றில் பங்கெடுத்துக் கொண்டேன். என் மனைவி மீனாட்சியும் திருமணத்துக்கு முந்தைய தினம் வரை வேலை செய்துவிட்டு மதுரை வந்து சேர்ந்திருந்தார். மீனாட்சி, சிதம்பரம் அருகே டென்மார்க் பெண்மணி ஒருவர் நடத்திவந்த கான்வென்ட்டில் டீச்சராக இருந்தார்.

மதுரையில் எங்கள் திருமணம் முழுக்க முழுக்கத் தமிழ் முறைப்படி நடந்தது. திருமணத்தை நடத்தியவர் நித்யானந்த அடிகள். நித்யானந்த அடிகள் காங்கிரஸ்காரர். காமராஜரின் குரு போன்றவர். நித்யானந்த அடிகள் தவிர என் திருமணத்திற்கு மிகவும் உதவிய இன்னொரு பெரிய மனிதர் மதுரை சிதம்பரம் முதலியார். (மதுரைக் கோயில் பணிகளில் சிறப்பான பொறுப்பு வகித்து வந்தவர் இவர்.)

எனது திருமண நேரத்தில் அரிசிக் கட்டுப்பாடு அமலில் இருந்தது. எந்த இடத்திலும் பத்துப் பேருக்கு மேல் சமைப்பதுகூட குற்றமாகக் கருதப்பட்டது. ரேஷன் ஆபீஸர்கள் இதனை 'செக்' செய்யவென்றே எல்லா இடங்களிலும் சுழன்று கொண்டிருந்தார்கள்.

அரிசிக் கட்டுப்பாடு சமயமாயிற்றே என்று கல்யாண சாப்பாடு போடாமல் இருக்க முடியுமா? ஆனால், அத்தனை படி அரிசிக்கு எங்கே போவது? கடைகளில் கிடைக்காது... ஓரிடத்திலிருந்து இன்னொரு இடத்துக்குக் குறிப்பிட்ட அளவுக்கு மேல் எடுத்துச்செல்ல முடியாது. பெண் வீட்டார் கையைப் பிசைந்தவேளையில் சிதம்பரம் முதலியார் தன் வீட்டிலிருந்து அரிசி மூட்டையைக் கொடுத்து உதவினார். திருமணத்துக்கு ரேஷன் ஆபீஸர்கள் தப்பாமல் ஆஜரானார்கள்.

ரேஷன் ஆபீஸர்கள் நுழைந்துவிட்டார்கள் என்றதுமே சிதம்பரம் முதலியார் "ஆபீஸர்களுக்குச் சாப்பாடு போடுங்கப்பா முதலில்" என்றார். ஆபீஸர்கள் கேட்ட கேள்விகளுக்கெல்லாம் தானே முன்நின்று நயமாய்ப் பதில் சொன்னார். தன் சொந்த உபயோகத்துக்கென வைத்திருந்த அரிசி மூட்டையைத்தான் கொடுத்ததாக எடுத்துச் சொன்னார். சிதம்பரம் முதலியார் நகரின் வி.ஐ.பி. என்பதாலோ என்னவோ, திருமணத்துக்கு வந்த ஆபீஸர்கள் அரசுக்குப் புகார் எதுவும் எழுதாமல் போனார்கள்.

திருமணமான பிறகு எங்களது மயிலை சித்திரக்குளம் வீட்டருகே வன்னியர் சங்கத்துப் பள்ளி ஒன்றில் டீச்சர் வேலைக்குச் சேர்ந்தார் என் மனைவி மீனாட்சி. எங்களுக்கு மூன்று குழந்தைகள் பிறந்தபோதிலும் அவரால் தொடர்ந்து வேலைக்குச் செல்ல முடிந்ததற்குக் காரணம், வீட்டில் எல்லாமுமாய் இருந்த என் அம்மா.

மாமியார்–மருமகளுக்கு மத்தியில் மிக நல்ல 'அண்டர்ஸ்டாண்டிங்' இருந்தது. ஒருநாள்கூட அவர்கள் இருவரும் எதிரெதிரே குரல் உயர்த்திப் பேசி நான் பார்த்ததில்லை.

அதுமட்டுமல்ல, என் மனைவி ஒரு மாமியார் ஆனபோதும், எங்கள் வீட்டில் மாமியார் – மருமகள் சண்டை எனும் துரதிர்ஷ்டம் ஏற்படவில்லை.

மீனாட்சிக்கும் எனக்கும் மணமாகிய இரண்டு வருடங்களில் எங்கள் வீட்டுக்குப் பிரபல அரசியல் புள்ளி ஒருவர் விருந்தாளியாக வந்தார்.

வந்தவர் திடும்மென்று ஒரு வாரம் தங்கிவிட, எங்கள் வீட்டுக்குப் பல பிரபலஸ்தர்களும் விஜயம் செய்தார்கள்.

அந்த விருந்தாளி...?

~

என் வீட்டுக்கு வந்த அரசியல் விருந்தாளி வேறு யாருமல்ல. கம்யூனிஸ்ட் தலைவர் ஜீவானந்தம் எனும் ஜீவாதான்! அப்போது ஜீவா போன்றவர்களின் பேச்சுக்கள் எங்கு நடந்தாலும், நானும் எனது நண்பர்களும் தவறாமல் ஆஜராகி விடுவோம். நாடு சுதந்திரம் பெறுவதற்குச் சற்றே முந்தைய பீரியட் என்பதால் ஜீவா போன்ற நாட்டுப் பற்றுமிக்கவர்களின் பேச்சுக்கள் எங்களைப்

போன்ற இளைஞர்களின் உணர்வுகளுக்கு உரம் அளித்த வீர உரைகள்.

ஜீவாவுக்கு நல்ல உரத்த குரல். அவர் பேசினால், கூட்டம் பல மணிநேரங்களுக்குக் கட்டுண்டு கிடக்கும். எனக்கு மேடையில் ஜீவாவைப் பார்க்கும்போதெல்லாம் ஒரு குட்டி யானையைப் பார்ப்பது போன்று தோன்றும். இது உருவ உதாரணம் அல்ல, உருவகம்!

ஆம்! ஒரு இடத்தில் அவர் நின்றுகொண்டு பேச, அவரது கைகள் மட்டும் மேலிருந்து கீழாக நாலு திசைகளிலும் அசையும். அது யானையின் தும்பிக்கை அசைப்போ என்று நினைக்கத் தோன்றும். ஓவியன் என்பதால்தான் இப்படியெல்லாம் விநோதமான சிந்தனை எழுந்ததோ என்னவோ?

ஜீவாவின் பேச்சைக் கேட்கப்போய் நாளடைவில் அவரோடு கருத்துக்களைப் பகிர்ந்துகொள்ளும் அளவுக்கு எங்களில் சிலர் உருவானோம். அந்தக் கருத்துப் பரிமாற்ற பரிச்சயத்தாலோ என்னவோ, ஜீவா தலைமறைவாக நேர்ந்தபோது என் வீட்டில் வந்து தங்கினார்.

எனது சித்திரக்குளம் வீட்டின் மேலே கூரை வேயப்பட்டிருக்கும். அந்த மொட்டை மாடி ரூமில்தான் ஜீவா இருந்தார். தலைமறைவு என்றால் கதவு பூட்டிக்கொண்டு உள்ளே இருந்தார் என்று அர்த்தமல்ல. அப்போதும், கீழே என் போர்ஷன் ரூம்களிலும் எந்தப் பயமும் இன்றி நடமாடிய அவரது துணிச்சல் எனக்கு ஆச்சரியத்தைத் தந்திருக்கிறது.

எனது அம்மாவும் சரி, மனைவியும் சரி முகம் கோணாமல் அந்த உன்னதத் தலைவருக்கு உள்ளன்போடு உணவு தயாரித்தனர். ஜீவாவுக்கு ரொம்பப் பிடித்தது ஸ்வீட்தான். அதிலும் அல்வா என்றால் அவருக்கு ரொம்பவும் பிடிக்கும். அதற்காக 'அல்வா செய்து தாருங்கள்' என்று வீட்டுப் பெண்களிடம் கேட்கக் கூச்சம் போலும். தினமும் தன் உதவியாளரை விட்டு அல்வாவைக் கடையிலிருந்து வாங்கி வரச்செய்து சாப்பிடுவார்.

அல்வாவை ரசித்துச் சாப்பிடும்போது அந்தத் தலைவரின் முகம் குழந்தை போல் ஆவதை நான் பார்த்திருக்கிறேன்.

ஒருநாள் இந்த அல்வா பார்சலை என் அம்மா பார்த்துவிட்டார்.

'ஏழைகளுக்காகப் பாடுபடுபவர் அல்வா சாப்பிடலாமா?' என்றார் என்னிடம்.

எனக்கு அம்மாவின் கேள்வி வேடிக்கையாக இருந்தது.

'அம்மா, இது அவரது தனிப்பட்ட ருசி. அதுவே வாழ்க்கையாகிவிடாது,' என்றேன்.

அம்மா எதுவும் சொல்லவில்லை!

அம்மா கேட்டதை ஜீவா சாரிடம் சொன்னேன். அவர் 'உன் பதில் சரிதான். ஆனால், உன் அம்மாவின் கேள்வியும் சரிதான்' என்றார். 'இப்படி ஒரு தலைவரா?' என்று நான் வியந்தேன். இன்றைக்கு எந்தத் தலைவரிடமாவது இப்படித் தனிப்பட்ட கேள்விகளை (அது அல்வா மாதிரி தித்திப்பே ஆனாலும்) கேட்க முடியுமா என்று யோசித்துப்பார்க்கிறேன். ஊஹூம்... ஜீவா என் மனதின் படு உயரத்தில் போய் நிற்கிறார்.

ஜீவா என் வீட்டில் இருந்தபோது அவரைப் பார்ப்பதற்காக மோகன் குமாரமங்கலம் நடு ராத்திரியில் என் வீட்டுக் கதவைத் தட்டியிருக்கிறார்.

இன்னொரு நாள், ஏதோ முக்கியமாய்ப் பேச வேண்டுமென் பதற்காக என்னை நடிகவேள் எம்.ஆர். ராதாவைப் போய் உடனடியாய்க் கூட்டிவரச் சொன்னார் ஜீவா.

நடிகவேள் ராதாவுக்கு அன்று டவுனில் கோவிந்தப்ப நாயக்கன் தெருவில் இருந்த சௌந்தர்ய மஹாலில் நாடகம்.

மேடையேறச் சில நிமிடங்கள் இருந்தபோது நான் ஜீவாவின் தூதுவனாய் அவர் முன் நின்றேன். வேகமாய்க் கேட்டுக் கொண்டவர், 'டிராமா முடியும்வரை நீங்களும் இங்கேயே இருங்கள். நாம் அப்புறம் போகலாம்' என்றார்.

நாடகம் முடிந்ததும் தன்னுடைய ஃபோர்ட் காரைத் தானே ஓட்டிக்கொண்டு என்னுடன் வந்தார். வழியில் 'ஒரு டீ சாப்பிட்டுப் போலாமே' என்று சொல்லிச் சாதாரண கடை ஒன்றில் நிறுத்தினார்.

பிறகு ஜீவாவை வந்து சந்தித்தார். இரண்டு முக்கிய நபர் பேசும்போது அருகிலிருப்பது நாகரிகம் அல்ல என்பதால் நான் அவர்கள் பேசியதைக் கேட்கவில்லை. இருப்பினும் அது மாதிரியொரு சந்திப்பு என் வீட்டில் நிகழ நான் பாக்கியம் செய்திருப்பதாக இன்றளவிலும் எண்ணுகிறேன்.

ஜீவா என் வீட்டில் இருந்தபோது என் நண்பர்கள் வீட்டுக்கெல்லாம் வந்து போலீஸ் தேடியது. ஆனால், யாருடைய நல்ல காலமோ, என் வீட்டுக்கு மட்டும் போலீஸ் 'வேட்டை'க்கு வரவேயில்லை. என் மனைவியின் கஸின் ஒருவர் ரகசிய போலீஸ்

இன்ஸ்பெக்டராக இருந்தார். அவர் எங்கள் வீட்டிலிருந்து இரண்டு தெரு தள்ளிக் குடியிருந்தார். அடிக்கடி என் வீட்டுக்கு வருவார்... போவார்... ஆனால், ஜீவா என் வீட்டிலிருந்த நாட்களில், என் மனைவி அவரை வாசலோடு வழியனுப்பி வைக்கநேர்ந்தது.

இரண்டு முறை இப்படி நிகழ்ந்தது. மூன்றாவது முறையும் அதேபோன்று நிகழ்வதற்கு முன்பே ஜீவா வேறொரு பாதுகாப்பான இடம் தேடிப்போய்விட்டார்.

ஜீவாவின் மாண்புகளில் என்னைப் பெரிதும் கவர்ந்த விஷயம் ஒன்று உண்டு.

தன் திருமணத்தையொட்டி விருந்து ஒன்றுக்கு ஜீவா ஏற்பாடு செய்திருந்தார். அப்போது நம் தேசப்பிதா காந்தி சுட்டுக்கொல்லப்பட்டார். இந்த துக்கத்தின் காரணமாய்த் திருமண விருந்தையே கான்சல் செய்துவிட்டார் ஜீவா.

ஜீவாவைப் போன்றே எனக்கு அதிக அளவில் பரிச்சயமான இன்னொரு இலக்கியப் பிரமுகரும் உண்டு.

திராவிடப் பற்றும் தமிழ்ப் பற்றும் இணைந்த அவர்... ஒரு கவிஞர்!

~

பாவேந்தர் பாரதிதாசனை முதன்முதலில் நான் பார்த்தது புதுச்சேரியில்தான்.

கவிஞருக்கு நல்ல கம்பீரமான தோற்றம். முகத்துக்கு ஏற்ற கச்சிதமான மீசை. நெஞ்சை நிமிர்த்தி அவர் நடக்கும்போதும் லேசாய் மீசையைத் தடவியபடி கால்மீது கால்போட்டு அவர் உட்காரும் ஸ்டைலிலும் யாருக்குமே அவரை மரியாதையாகக் கும்பிடத் தோன்றும்.

நாடு சுதந்திரம் பெற்ற புதிதில், புதுச்சேரி அரவிந்த ஆசிரமத்துக்குப் போன எனக்கு, ஏனோ அதே ஊரில் இருக்கும் கவிஞர் வீட்டுக்கும் போகத் தோன்றியது. போனேன்.

"ஆர்ட்டிஸ்ட்டா. ரொம்ப மகிழ்ச்சி! வேலையெல்லாம் முடிச்சு இங்கே சாப்பிடணும்" என்றார் கவிஞர்.

கிடுகிடுவென்று சரளமாகப் பேசிக்கொண்டே யிருப்பதெல்லாம் பாரதிதாசன் சரித்திரத்திலேயே இல்லை.

சொல்ல வருகிற விஷயத்தை ஏதோ குறிப்புகள் மாதிரி அங்கங்கே சில வார்த்தைகளை மட்டுமே உதிர்த்துத் தெளிவுபடுத்துவார்.

வார்த்தைகளைப் பேச்சில் வீணாக்க விரும்பாமல் மொத்தமாய்த் தனது எழுத்துக்கென்று சேமித்து வைத்த இந்தக் கவிஞர், எங்களது முதல் சந்திப்புக்குப் பிறகு, தான் எப்போது சென்னைக்கு வந்தாலும் எனக்குச் சொல்லியனுப்புவார்.

எனது வீட்டுக்கும் ஓவியக் கல்லூரிக்கும் எந்தவிதப் பந்தாவும் இல்லாமல் விசிட் செய்திருக்கிறார். அப்போதெல்லாம் அந்த மகாகவியின் சில குணநலன்களைக் கண்டு நான் வியந்து போயிருக்கிறேன்.

பாரதிதாசன் சென்னைக்கு வரும்போது அவரைச் சுற்றி எப்போதும் இளைஞர் பட்டாளம் இருக்கும். ஒவ்வொருவர் பற்றியும் தனித்தனியாக நினைவில் வைத்து விசாரிப்பார். அநேக சமயங்களில் எழும்பூர் ரயில் நிலையம் எதிரே பிருந்தாவன் ஓட்டலில்தான் தங்கியிருப்பார். அந்த பிருந்தாவன் ஓட்டலை வைத்திருந்தவர் ஒரு பிராமணர். அங்கே நான்-வெஜ் சாப்பாடெல்லாம் கிடைக்காது. ஆனால், கவிஞருக்கோ நான்-வெஜ் என்றால் உயிர்! இதனால் மதியச் சாப்பாடு மட்டும் சென்ட்ரலில் – முந்தைய மூர் மார்க்கெட்டை ஒட்டியிருந்த – புகழ்பெற்ற 'பானு' ஓட்டலிலிருந்துதான் வரும்.

ஒருமுறை மதிய நேரத்தில் கவிஞரை நான் பிருந்தாவனில் பார்க்கச் சென்றபோது கவிஞர் கையைக் கட்டியபடி குறுக்கும் நெடுக்குமாய் நடந்துகொண்டேயிருந்தார். நான் வந்ததை வெறும் பார்வையால் அங்கீகரித்ததோடு சரி!

நான் மெள்ள, 'என்ன சார்,' என்றேன்.

'அதான்... ஓட்டலுக்குப் போன அந்த லேட்டு வரலை...' என்றார்.

எனக்குப் புரிந்துவிட்டது. மதியச் சாப்பாடு எடுத்து வர 'பானு' ஓட்டலுக்குப் போன வேலையாள் ஒரு மணி நேரமாகியும் திரும்பியிருக்கவில்லை.

சிறிது நேரத்துக்கெல்லாம் சாப்பாடு வந்தது. சாப்பாடு லேட் ஆனதுக்குக் காரணம் வேலையாள் இல்லை.

பானு ஓட்டல் அதிபரின் வேலை அது. (மதுரை வீரன் மாதிரி முறுக்கு மீசையோடு கல்லாவில் இவர் உட்கார்ந்திருக்கும் அழகே தனி.) 'சாப்பாடு கவிஞருக்குப் போகிறது' என்று தெரிந்ததும் தன் ஆட்களிடம் சில அயிட்டங்களை ஸ்பெஷலாகச் சமைத்துக் கொடுத்தனுப்பச் சொல்லியிருக்கிறார் அந்த ஓட்டல் முதலாளி.

ஒரு சிற்பியின் சுயசரிதை

ஒருமுறை கவிஞர் என்னை என் வீட்டில் புத்தாண்டு தினத்தில் சந்தித்தார். அன்று பழக்கூடைகள், சோப்பு, வாசனைத் திரவியங்களடங்கிய ஹேர் ஆயில் என்றபடி ஏகமாய்க் கொண்டுவந்து குவித்துவிட்டார்.

நான் 'எதுக்கு இத்தனை?!' என்று கேட்டதற்கு 'ஹ்ூம்...' என்றதொரு கர்ஜனை மட்டுமே எனக்குப் பதிலாகக் கிடைத்தது.

கவிஞர் என் வீட்டில் சாப்பிட்டபோது... அவருக்குப் பிடித்த நெத்திலி மீன் குருமாவைச் செய்திருந்தார் என் தங்கை லலிதா. (சமையற்கலை நிபுணியான இவர் இப்போது மதுரையில் வசிக்கிறார்.)

தேங்காய்ப்பால் எடுத்து, குட்டிக் குட்டி நெத்திலி மீன்களைப் பக்குவமாய் வறுத்துச் செய்யப்படும் இந்த ருசியான குருமாவை ஒருமுறை இலையில் பரிமாறிவிட்டு அடுத்த முறை பரிமாறுமுன் 'கொஞ்சம் வைக்கட்டுமா?' என்று கவிஞரிடம் சம்பிரதாயமாகக் கேட்டார் என் தங்கை.

கவிஞர் என் தங்கையைப் பார்க்காமலேயே, 'முண்டமே... கொட்டு' என்றார்.

கவிஞரைப் புரிந்த எங்களுக்கு அது திட்டு அல்ல, அவரின் நையாண்டி என்று தெரிந்ததால் சாப்பாட்டுக்கு நடுவே புரையேறும் அளவுக்கு அன்று சிரித்தோம்.

பிறகென்ன? கவிஞருக்கு ரொம்பப் பிடித்துவிட்ட அயிட்டத்தைப் போய்க் 'கொஞ்சம் வைக்கட்டுமா' என்று கேட்கலாமா?

இதேபோன்று கவிஞரின் இன்னொரு சாப்பாட்டு நையாண்டியையும் நான் நேரில் கண்டிருக்கிறேன்.

அன்று மதியச் சாப்பாட்டுக்காகக் கவிஞர் என்னை உயர்நீதிமன்றம் எதிரேயுள்ள ஒய்.எம்.சி.ஏ-வுக்கு அழைத்துச் சென்றார்.

அங்கே...

~

பாரதிதாசனுக்கு ரொம்பப் பிடித்த அயிட்டங்களில் ஒன்று ரசம்.

'சுள்ளென உறைக்கும் ரசம்கூடத் தெள்ளு தமிழைப் போன்ற சுகம்' என்பார். சாப்பாட்டின் போது ரசத்தைக் கையால் வாங்கி ரசித்துக் குடிப்பது அவர் வழக்கம்.

அப்பேர்ப்பட்ட ரசப்பிரியரிடம் ஒய்.எம்.சி.ஏ உணவகத்தினர் 'ரசம் இல்லை' என்று சொன்னால் அவரால் பொறுத்துக்கொள்ள முடியுமா?

'கோபம் வந்து சர்வரைக் கடுமையாய்ப் பேசிவிடப் போகிறார்...' என நானும் மற்றவர்களும் நினைத்துக்கொண்டிருந்தபோதே... சர்வரை அழைத்தார் பாவேந்தர்.

"ரசம் இல்லையா...?"

"இல்லீங்க..."

"ஏன்?"

"வெக்கலீங்க..."

"ஓகோ! சரி, நல்ல சூடான வெந்நீர் உண்டா...?"

"இதோ கொண்டாரேன்..."

ஆவி பறக்கும் வெந்நீர் வந்தது.

"ஆம்லெட்டுக்கு மேல தூவறதுக்கு மிளகுப் பொடி, உப்பு வெச்சிருப்ப இல்ல. அதைக் கொண்டா."

அதுவும் வந்தது...

வெந்நீரில் மிளகுப்பொடி, உப்பு தூவினார். ஸ்பூன் விட்டுக் கலக்கி ருசி பார்த்தார்.

நாங்களெல்லாம் ஏதோ பி.சி. சர்க்கார் மேஜிக் பார்ப்பது போல் பாவேந்தரையே பார்த்துக்கொண்டிருந்தோம். சர்வரைக் கூப்பிட்டார்.

"இதைக் குடிச்சுப் பார்! இதுதாம்பா ரசம்! ரொம்பச் சாதாரண வேலை! உங்க சமையற்கட்டுல செய்தால், கொஞ்சம் தக்காளியை நறுக்கிச் சேர்த்துடணும்! அவ்ளோதான்! இனி ரசம் இல்லேன்னு சொல்லாதே!" என்றார் அமைதியாய்.

சர்வர் திகைப்போடு தலையாட்டிவிட்டு நகர்ந்தார். பிறகு என்ன நினைத்தாரோ... நிமிடத்தில் திரும்பி வந்தபோது ஒரு தட்டில் நறுக்கித் துண்டம் போட்ட தக்காளிப் பழங்களைக் கொண்டு வந்திருந்தார். கவிஞர் முன்பு வைத்துச் சற்றே வெட்கமாய்ச் சிரித்தார்.

ஒரு சிற்பியின் சுயசரிதை

நிமிர்ந்து பார்த்த கவிஞர், "வாழ்க! இதுதான் தமிழ்ப் பண்பு!" என்றார். நாங்கள் எல்லோரும் வாய்விட்டுச் சிரித்துவிட்டோம்.

கவிஞருக்கு ஓவியத்தில் நிரம்ப ஆர்வம் இருந்தது. 'இது என்ன... அது என்ன?' என்று கேட்டுத் தெரிந்துகொள்ளும் ஆவல் இருந்தது. ஓவியர்களிடத்தில் மிகுந்த அபிமானமும் இருந்தது.

என்னிடம் ஒருநாள், "நம் புத்தகம் ஒன்றின் அட்டைக்கு என் படம் வேண்டும் என்றார்கள். போட்டோக்கள் கொடுத்து எனக்கு அலுத்துவிட்டது. நீ என்னை வரைந்து கொடு. அதையே உபயோகிக்கச் சொல்கிறேன்" என்றார்.

நான் சொன்னேன்... "ஆளை அப்படியே அச்சாய் வரைகிற ஸ்கெட்ச் ஆர்ட்டில் என்னைவிடக் கைதேர்ந்த ஓவியர் ஒருவர் இருக்கிறார். அவரை விட்டு வரையச் சொல்கிறேன். அசந்து விடுவீர்கள்" என்றேன்.

"உன் இஷ்டம்போல் செய்" என்றார்.

நான் ஓவியர் ஹெச்.வி. ராம்கோபாலை அனுப்பி வைத்தேன். அந்தக் காலத்தில் மிகப் பிரபலமாய் இருந்த *சுதந்திரா* பத்திரிகையில் ராம்கோபால் கைவண்ணத்தில்தான் தலைவர்களின் முகங்கள் மலரும்! அப்பேர்ப்பட்டவர் பாரதிதாசனைப் பலரும் பாராட்டுகிற விதத்தில் வரைந்திருந்தார்.

இன்னொரு சந்தர்ப்பத்தில் கவிஞரைச் சிலையாய் வடிக்கும் பேச்சு வந்தது. அப்போது கவிஞருடன் இருந்த இளைஞர் கும்பலில் ஒருவரான சட்டக் கல்லூரி செந்தாமரை, என் பெயரைக் கவிஞர் காதில் போட்டிருக்கிறார்.

"அதற்கென்ன... அவரைச் சந்தித்தால் போயிற்று!" என்று சொல்லியபடி என் வீட்டுக்கு முதல்முறையாக வருவதுபோல் 'பாவனை' செய்திருக்கிறார் பாவேந்தர். அவர் வந்தவுடன் என் வீட்டினர் தந்த வரவேற்பும் எங்கள் வீட்டு மனிதர்கள் ஒவ்வொருவரையும் அவர் நினைவில்கொண்டு விசாரித்த நேர்த்தியும் இளைஞர் செந்தாமரையைக் குழப்பியிருக்கிறது. பிற்பாடு உண்மை தெரிந்ததும் செந்தாமரை நெளிந்தார். பாவேந்தரின் சிலையைச் செய்யும் வாய்ப்பு எனக்கே கிடைத்தது.

சென்னையில் ஒட்டுமொத்தமாய்ப் பதினைந்து நாட்கள் வரையிலும் கவிஞர் தங்கும்போது சிலைக்கான போஸ் கொடுப்பதாகச் சொன்னார்; செய்தார். தமிழ்ச் சமுதாயத்தின் புரட்சிக்கவி ஒருவரின் சிலையை நான் வடித்ததற்காக ஒரு சிற்பியாய் நின்று பெருமைப்பட்டேன்.

கவிஞரது மனித நேய குணத்தை இன்னதென்று சொல்லி எதனோடும் ஒப்பிட முடியாது! என்றாலும், சிறு நிகழ்ச்சி ஒன்று இன்றும் என் நினைவில் உண்டு.

கவிஞர் சென்னைக்கு வந்தால் எப்போதும் தங்குவது பிருந்தாவன் ஓட்டலில். அன்று அந்த ஓட்டல் அதிபரின் மகனுக்கு முதலாவது பிறந்தநாள் விழா.

விஷயத்தை சர்வர் ஒருவர் மூலம் யதேச்சையாகத் தெரிந்து கொண்ட கவிஞர், உடனடியாய் ஆள் அனுப்பிப் பழங்களும் இனிப்பும் வாங்கிவரச் செய்தார். தாள் ஒன்று எடுத்துக் கிடுகிடுவெனத் தன் கைப்பட வாழ்த்துக் கவிதை ஒன்றை எழுதினார். எல்லாவற்றையும் கூடையில் வைத்தனுப்பி ஓட்டல் முதலாளியின் வீட்டில் சேர்க்கச் சொன்னார்.

முன்பின் பழக்கமிராத ஒரு நபருக்கே இத்தனை செய்தவர் எனக்குச் சகாயம் புரியாமல் இருந்திருப்பாரா?

~

அந்தக் காலத்தில் புதுச்சேரி அமைச்சரவையில் 'குபேர்' என்ற அமைச்சர் ஒருவர் இருந்தார். அவருக்குச் சிலை செய்யவேண்டும் எனத் தீர்மானித்தபோது பாவேந்தர் பாரதிதாசன் என் பெயரை நினைவில் வைத்துக்கொண்டு அவர்களிடம் சிபாரிசு செய்திருந்தார்.

என் வீடு தேடிவந்து இதைச் சொல்லவும் செய்தார். நான் அப்போது வீட்டில் இல்லாததால் "புதுச்சேரி அமைச்சர்கள் இங்கே இன்ன ஓட்டலில் தங்கியிருக்கிறார்கள்!... நாளை அவர்களை தனபால் சென்று சந்திக்கட்டும்!" என்று சொல்லி விட்டுப் போனார்.

நான் மறுநாள் அந்த இடத்துக்குப் போனேன். பேசினேன். சிலை செய்ய ஒப்பந்தம் கைக்கு வரும் விதத்தில் பேச்சுவார்த்தை திருப்திகரமாகியது. பிறகு அவர்களே என்னை காரில் கொண்டுபோய்க் கல்லூரியில் விட்டார்கள்.

அன்றைய மாலை...

கவிஞருக்கு நன்றி சொல்ல அவருக்குப் பிடித்தமான ஒன்றை வாங்கிச் செல்ல நினைத்து ஸ்பென்சருக்கு வந்து ஒரு கட்டு சுருட்டு வாங்கிக்கொண்டேன்.

நான் போனபோது கவிஞர் தான் எடுத்துக்கொண்டிருந்த சினிமா வேலைகளில் பிஸியாக இருந்தார். இருப்பினும் நான் வாங்கி வந்திருந்த சுருட்டுக் கட்டிலிருந்து ஆசையாய் ஒன்றை எடுத்து உதட்டில் பொருத்தினார்.

அடுத்து அவரிடமிருந்து புறப்பட்ட கேள்வி என்ன தெரியுமா?

“அவனுங்க... அதான் அந்த அரசியல்வாதிங்க உன்னை மரியாதையா நடத்துனாங்களா? ஏன் கேட்டேன்னா நீ கலைஞன். உனக்கு அவன்தான் முதுகு வளையணும்!...” என்றார் கணீரென்று.

பாவேந்தரின் பட்டவர்த்தனமான கலை மற்றும் கலைஞர்கள் மீது மரியாதை கொண்ட அந்தப் பேச்சைக் கேட்டு நான் ஒரு நிமிடம் அசந்துபோய் நின்றுவிட்டேன்.

பிறகு, “அவர்கள் காரில் கொண்டு போய் என்னைக் கல்லூரியில் இறக்கினார்கள்!” என்று சொன்னதும்தான் கவிஞர் முகத்தில் ஒருவித நிம்மதி வந்தது.

பாவேந்தரைச் சிலையாய் வடித்தது பற்றிச் சொன்னேன் இல்லையா? அதேபோல் காமராஜர், ராதாகிருஷ்ணன், பெரியார் போன்றவர்களும் என் கண்ணெதிரிலே கைக்கெட்டும் தூரத்தில் பொறுமையாய் அமர்ந்து போஸ் கொடுத்திருக்க நான் சிற்பியாய்ச் சிலிர்த்துக்கொண்டு புறப்பட்டிருக்கிறேன்.

முதலில் ராதாகிருஷ்ணனைச் சிலையாய் வடிக்க எனக்குக் கிடைத்த வாய்ப்பு பற்றிச் சொல்கிறேன்.

ராதாகிருஷ்ணன் அப்போது நமது நாட்டின் உப ஜனாதிபதி. சென்னை வீட்டில் உப ஜனாதிபதியை ரிலாக்ஸ்டாகச் சந்திப்பது என்பது சற்று சிரமமான காரியம். அவரது குடும்ப நண்பரும் என்னுடன் பள்ளியில் படித்தவருமான பி. ராமநாதன்தான் உப ஜனாதிபதியிடம் என்னை அறிமுகப்படுத்திவைத்தார்.

பி. ராமநாதன் ஒரு டாக்டர். இவருடைய தந்தை பழனி உடையார். சுடுமண் சிற்பங்கள் செய்வதில் கைதேர்ந்தவர். சுடுமண் சிற்பங்களான ‘டெரகோட்டா’ கலையை எனக்குக் கற்றுத் தந்ததுமேகூட பழனி உடையார்தான்.

பழனி உடையாரும் எனக்கு சிபாரிசு செய்திருக்க... ராதாகிருஷ்ணனின் குடும்பம் என்னை அன்போடு வரவேற்றுப் பேசியது.

“உப ஜனாதிபதி சென்னையில் மூன்று நாட்களே தங்குவார்... குறுகிய காலத்தில் சிற்பம் செய்ய முடியுமானால் பணியைத் துவங்கலாம்” என்று எனக்குச் சொல்லப்பட்டது.

மூன்று நாட்களும் முழுதாய் எனக்கே என்றில்லை.

"ஒரு நாளில் அதிகபட்சம் ஒன்றரை மணி நேரத்தை மட்டுமே அவரால் தன் சிற்ப போஸுக்காக ஒதுக்க முடியும்" என்றும் சொன்னார்கள்.

நான் அப்போதைக்கு ஒப்புக்கொண்டு தலையாட்டி விட்டேனே தவிர 'அவ்வளவு குறுகிய நேரத்தில் என்னால் அவரைச் சிலையாய் வடிக்க முடியுமா?' என்கிற கேள்வி என்னுள் எழாமல் இல்லை.

'அட, முயன்றுதான் பார்ப்போமே!' என்றுதான் கோதாவில் இறங்கினேன்.

எனக்கு அப்பாயிண்ட்மெண்ட் கொடுக்கப்பட்டிருந்த அன்றைய தினத்தில் சோதனையாய் உப ஜனாதிபதியின் உடம்புக்குச் சுகமில்லாமல் போயிற்று!

நானும் எனது உதவியாளர் ஹமீதும் (சற்றே காது கேளாதவர். என்றாலும் சுறுசுறுப்பு மிக்கவர். சைகையாலேயே குறிப்பறிந்து செயல்படுவார்.) ஏகப்பட்ட உபகரணங்களுடன் போய் இறங்கியதுமே எங்களுக்கு விஷயம் தெரிவிக்கப்பட்டது.

"நாளை அவரது உடல்நிலையில் முன்னேற்றம் தெரிந்தால் சொல்லி அனுப்புகிறோம். இப்போதைக்கு மன்னியுங்கள்" என்று பணிவாய்ச் சொன்னார்கள் ராதாகிருஷ்ணன் வீட்டினர்.

அனுமதி கிடைத்த மூன்றே நாட்களிலும் ஒரு நாளை இழக்க எனக்கு மனசில்லை.

"அவர் படுத்தபடியே இருக்கட்டும். அவரைச் சிறிது நேரம் அருகிலிருந்து நெருக்கமாகப் பார்க்கவாவது அனுமதி கொடுங்கள்" என்றேன் நான்.

அவரை உற்றுப் பார்த்து மனசுக்குள்ளாவது சில அளவுக் கணக்குகளை எடுத்துக்கொள்ளலாம் என்பதுதான் என் எண்ணம்.

உள்ளே போய் அனுமதி கேட்டு வந்த பிறகு, எங்களை ராதாகிருஷ்ணன் பெட்ரூமுக்குள் அழைத்துச் சென்றார்கள்.

ராதாகிருஷ்ணன் கிட்டத்தட்ட மூக்கால் பேசினார். அந்த அளவுக்கு ஜலதோஷம் அவர் குரலைப் படுத்தியிருந்தது. சளியோடு காய்ச்சலும் சேர்ந்துகொள்ள... படுக்கையில் ரெஸ்ட் எடுக்கும்படி டாக்டர்கள் கட்டளையிட்டிருந்தார்கள்.

"ஸாரி, என்னால் எழுந்திருக்கவே முடியாது" என்றார் அமைதியாய்ப் புன்னகைத்தபடி.

ஒரு சிற்பியின் சுயசரிதை

"அதனாலென்ன? நாங்கள் இன்று எடுக்கப்போவது 'ஸ்கெலிட்டன்'தான்" என்றேன் நான். அவருக்குச் சிரிப்பு வந்துவிட்டது.

ஸ்கெலிட்டன் வொர்க் என்பது சிற்பத்தின் அடிப்படை ஆரம்ப வேலை! அதாவது ஒரு முகத்தின் நீள அகலங்களைக் குறித்துக்கொண்டு, நாசி, துவாரம், கண்கள், புருவ அமைப்பு, வாய், தாடை போன்று மொத்த முகத்தின் அமைப்பையும் கணக்கிட்டு, களிமண்ணை அந்தந்த இடத்துக்கேற்ப வாகாய் வளைத்து... நீட்டி அமைக்கும் வித்தை!... இதற்கே அன்றைக்கு ஒரு மணி நேரம் பிடித்தது!

"நாளை நீங்கள் டிராயிங் ஹாலுக்கு வந்து அமரவேண்டும்... அப்போதுதான் இந்த ஸ்கெலிட்டனை நேர்த்தி செய்ய முடியும்" என்று நான் கேட்டுக்கொண்டதற்கு இணங்க, மறுநாள் நாற்பது நிமிடங்களுக்கு அவர் டிராயிங் ஹாலுக்கு வந்தமர்ந்து புத்தகம் படித்துக்கொண்டிருந்தார்.

உப ஜனாதிபதி என்பதால் அவர் முகத்தின் மீது ஸ்கேல் வைத்தெல்லாம் கணக்கிட எனக்குத் தயக்கமாக இருந்தது. வங்காளத்து சாந்திநிகேதனின் சிற்பக் கலை ஆசிரியர் ராம்கிங்கர்பேஜ் (இந்த மலைவாசி இனச் சிற்பி பற்றி ஏற்கெனவே குறிப்பிட்டுள்ளேன்!) மாதிரி கண்ணால் பார்த்தே அளவுகளை நிர்ணயித்துக்கொண்டேன்.

மூன்றாம் நாள். அன்றும் நாற்பது நிமிடங்கள் கிடைத்தன. களிமண்ணால் செய்திருந்த சிலையை பிளாஸ்டர் ஆஃப் பாரீஸ் முறைக்கு மாற்றியமைத்தேன். பின்னர் வீட்டுக்கு வந்து சிலைக்கான பீடம் அமைத்தேன்.

இப்படி 1961இல் கிட்டத்தட்ட இரண்டேகால் மணி நேரத்துக்குள் நான் செய்திருந்த ராதாகிருஷ்ணன் சிலை, சமீப காலத்தில் இரண்டுமுறை நம் தொலைக்காட்சியினரால் டிவி-யில் காண்பிக்கப்பட்டிருக்கிறது.

~

கல்லூரியில் ஓவியம் படித்துக்கொண்டிருந்த எனக்குத் திடீரென்று சிற்பக்கலையில் ஆர்வம் வந்தது எப்படி என்று பலருக்குத் தோன்றலாம்.

நான் ஏற்கெனவே சொல்லியிருந்தபடி, சிற்பக்கலையில் ஆர்வம் வரக் காரணம் – கல்லூரி முதல்வர் ராய் சவுத்ரி.

அவரது பல சிற்பங்களுக்கும் உதவியாளராக இருந்ததில் எக்கச்சக்கமான விஷயங்களை என்னால் அறிய முடிந்தது.

அதுமட்டுமல்ல, நானும் பணிக்கரும் ஊர் ஊராகப் போய் நாட்டின் பல காலரிகளைப் பார்த்ததிலும் ஆர்ட்டிஸ்ட்டுகள் பலரை நேரில் சந்தித்துப் பேசியதிலும் சிற்பக்கலை ஆர்வம் ஒருவித வெறியாகவே கிளர்ந்துவிட்டது.

நம் நாடு சுதந்திரம் அடைந்த புதிதில் லண்டனில் இந்தியக் கலாசார விழா ஒன்று நடந்தது. அதில் நமது கலாசார – பாரம்பரியக் கலைப் பொக்கிஷங்களைக் கண்காட்சியாக வைக்க இங்கிலாந்து அரசு முடிவெடுத்தது.

அதன்படி இங்குள்ள ஜமீன்தார்களிடமும் அரசப் பரம்பரையினரிடமும் அரசாங்க மியூஸியத்திலும் இருந்த கலைப் பொக்கிஷங்கள் கலெக்ட் செய்யப்பட்டு, லண்டனுக்கு எடுத்துச் செல்லப்பட்டன. இவற்றை அழகாய் 'பேக்' செய்து எடுத்துப் போகவென்றே லண்டனிலிருந்து 'பேக்கிங் நிபுணர்கள் குழு' இந்தியா வந்திருந்தது.

அத்தனை கலைப் பொக்கிஷங்களும் இங்கிலாந்தில் கலாசார விழா முடிந்து வருகையில், நமது தில்லி ராஜ்பவனில் மீண்டும் ஒரு கண்காட்சியாக வைக்கப்பட்டது.

அவற்றைப் பார்க்கும் மாபெரும் பாக்கியம் எனக்கும் நண்பர் பணிக்கருக்கும் கிடைத்தது. அப்படிப்பட்ட ஏராளமான கலைப் படைப்புகளை ஒரே கூரையின் கீழ் காண்பது என்பது கண்கொள்ளாக் காட்சியாக இருந்தது. கண்காட்சியில் வைக்கப்பட்டிருந்த திருவாலங்காடு நடராஜர் சிலையின் கையமைப்பு குறித்து பணிக்கருக்குச் சந்தேகம் கிளம்பியது.

மீண்டும் உற்றுப் பார்த்தோம். ஆசீர்வதிப்பது போல் 'பாதக அஸ்தம்' காட்டும் வலக்கையைவிடக் காலுக்குக் கீழே முயலகரைக் காட்டும் இடக்கை சற்றுப் பெரிதாக இருந்தது எங்களுக்கு ஆச்சரியமாயிருந்தது. பிறகு, சற்று தூரப்போய் நின்று பார்த்ததில் இரண்டு கைகளும் சம அளவுடையதாகவே தெரிந்தன. இப்படியொரு 'டைமன்ஷனல் எஃபெக்டை' மனதில் வைத்துச் சிலை வடித்திருந்த சிற்பியின் சூட்சுமம் புரிந்தது... அசந்துபோய் நின்றுவிட்டோம். ஒருவேளை, இரண்டு கைகளையும் சம அளவில் செய்திருந்தால் தொலைவிலிருந்து பார்க்கையில், அது தாறுமாறான அளவாகப் பட்டு, எடுத்த எடுப்பிலேயே கண்ணை உறுத்தியிருக்கும்.

அந்தத் திருவாலங்காட்டு நடராஜர் மாதிரி ஒவ்வொரு சிலையும் ஒவ்வொரு பாடத்தைக் கற்றுத் தந்தன. (இன்று அந்த நடராஜர் சிலை சென்னை மியூஸியத்தில் உள்ளது. விருப்பமுள்ளவர்கள் சென்று பார்க்கலாம்.)

நானாகவே தனிப்பட்ட முறையில் சிற்பங்கள் வடிக்கத் தொடங்கினேன். தில்லி நேஷனல் மியூஸியம் நடத்திய அகில இந்தியக் கண்காட்சியில் அன்றைய மனித உணர்வுகளை ஒட்டிய சிற்பங்கள் காட்சிக்கு வைக்கப்பட்டபோது சென்னையிலிருந்து ராய் சவுத்ரியுடையது தவிர என்னுடைய மூன்று சிற்பங்களும் சென்றன. ரசிகர்களின் பார்வைக்கு வைக்கப்பட்டன.

இந்தக் கண்காட்சி பி.சி. சன்யால், தன்ராஜ் பகத் போன்ற பல்வேறு புகழ்பெற்ற சிற்பிகளை எனக்கு அறிமுகப்படுத்தியது. ஜெர்மனியிலிருந்து ஃபிஷர் என்பவர் இந்தியச் சிற்பிகளைச் சந்திக்க வந்திருந்தார். அவரிடம் சென்னை சிற்பிகள் வரிசையில் எனது பெயரையும் தந்திருந்தது லலித் கலா அகாடமி. அவர் சென்னை வந்து ராய் சவுத்ரியைச் சந்தித்தபோது, "நான் சிற்பி தனபாலைப் பார்க்க வேண்டும்" என்று சொல்ல ராய் சவுத்ரி, "தனபாலா..? அவர் எப்போது சிற்பியானார்..?" என்றாராம் எனது நண்பரிடம் கிண்டலாக.

இதைக் கேள்விப்பட்டதிலிருந்து எனக்குச் சிற்பக்கலை ஆர்வம் அதிகரித்துத் தீவிரமாகியது. அதனுடைய முதல் கட்டம்தான் நமது அரசியல் தலைவர்களைச் சிலையாக வடித்துப் பார்க்க நான் ஆசைப்பட்டது.

~

காமராஜரைச் சிலையாக வடிக்க நினைத்தபோது அவருடைய குருவும் – எனக்குத் திருமணம் செய்து வைத்தவருமான நித்தியானந்த அடிகள் உதவிக்கு வந்தார். என்னைக் காமராஜருக்கு அறிமுகப்படுத்திவைத்தார். "அதுக்கென்ன தாராளமா செய்துட்டுப் போகட்டுமே" என்றார் காமராஜர்.

பிறகு அவரைச் சந்தித்தபோது பேச்சுவாக்கில் "சில பெரிய தலைவர்களின் சிலைகள் அவ்வளவு நன்றாக வடிக்கப்பட வில்லையே ஏன்?" என்று என்னிடம் கேட்டார் காமராஜர்.

"அரசியல்வாதிகள், படைப்பாளிகள் அல்லர். ஒப்புக் கொள்கிறேன். ஆனால் இரண்டாம், மூன்றாம் தரச் சிலைகளைக் கட்டுப்படுத்தும் செல்வாக்கு என்னவோ அவர்களிடத்தில்தானே உள்ளது. நன்றாக இல்லாத சிலைகளை உங்களைப் போன்ற அரசியல்வாதிகள் ஏன் அனுமதிக்க வேண்டும்?" என்று கேட்டேன்.

அவர் சற்றே தர்மசங்கடமாகச் சிரித்தார். "நீங்கள் நாளையி லிருந்து உங்கள் சிற்ப வேலையைத் துவக்கலாம்" என்றார் சிரித்துக்கொண்டே.

தினமும் காலையில் எட்டு மணிக்குப் போய்விடுவேன். அவர் ரெடியாக இருப்பார்.

“உங்களது சட்டையைக் கழற்ற முடியுமா? உங்களை ‘பேர் பாடி’யாகச் சிலை வடிக்க விருப்பம்” என்றேன். தயங்காமல் சட்டையைக் கழற்றிவிட்டு உட்கார்ந்தார்.

ஒரு வாரம் இப்படியே ஓடியது. தினமும் எனக்கென ஒன்றிரண்டு மணி நேரம் ஒதுக்கினார். இதற்கிடையே, “எனது நண்பர் ஒருவர் உங்களை ஓவியமாகத் தீட்ட ஆசைப்படுகிறார்” என்றேன். “அவரையும் வரச் சொல்லுங்களேன்” என்றார் பெருந்தன்மையாக.

இதன்பின், நண்பர் பணிக்கரும் என்னுடன் வந்திருந்து அவரை ஓவியமாகத் தீட்ட ஆரம்பித்தார். மூன்று வார காலத்தில் எங்கள் இரண்டு பேர் பணிகளும் முடிந்தன.

காமராஜரை நேரில் இருந்து... பார்த்து நான் வடித்த அந்தச் சிலை – தற்போது கார்ப்பரேஷன் மேயர் ஹாலில் வீற்றிருக்கிறது!

அது அங்கே எப்படிப் போனது..?

எனது மிக நெருங்கிய குடும்ப நண்பரான சினிமாப் படத் தயாரிப்பாளர் பி.எஸ். செட்டியார்தான் காரணம்.

அப்போதெல்லாம் சென்னை கார்ப்பரேஷனில் தேர்தல் நடந்ததுண்டு. தேர்தலில் போட்டியிட்டு ஜெயிக்கும் கவுன்சிலர்களுக்குச் சமுதாயத்தில் அந்தஸ்தும் உண்டு. அப்படியொரு கவுன்சிலராக மக்களால் தேர்ந்தெடுக்கப்பட்டவர் தான் பி.எஸ். செட்டியார்.

அவர் என்னிடம், “கார்ப்பரேஷன் கட்டடத்தில் வைக்க நீ செய்திருக்கும் காமராஜர் சிலையைத் தருவாயா..?” என்று கேட்டபோது என்னால் மறுக்க முடியவில்லை. அவரது அன்புக்காக உடனடியாய் ஒப்புக்கொண்டேன்.

கவுன்சிலர்கள் மீட்டிங்கில் காமராஜர் சிலையைத் தான் அமைக்க விரும்புவதாகப் பி.எஸ். செட்டியார் பேச மற்றவர்கள் தலையைப் பிய்த்துக்கொண்டார்கள். எந்தக் கட்சி சார்பாகவும் போட்டியிடாது சுயேச்சையாக கவுன்சிலர் ஆகியிருக்கும் பி.எஸ். செட்டியார், காமராஜர் சிலையைக் கொண்டுவந்தால் தங்களுக்கு அவமானமாகிவிடும் என்று யோசித்திருக்கிறார்கள்.

பிறகு மற்ற கட்சி கவுன்சிலர்கள் மேயர் உட்பட அனைவரும் பி.எஸ். செட்டியாரிடம், “இதை எல்லோருமாகச் சேர்ந்து செய்வதாக அறிவிக்கலாம்! நீங்கள் தனிப்பட்ட முறையில் செய்துவிட்டால்

எங்களுக்குத் தர்மசங்கடம்!" என்று சொல்லியிருக்கிறார்கள். பி.எஸ். செட்டியாரும், "தனபால் சிலை தரச் சம்மதித்தால் எனக்கொன்றும் ஆட்சேபணை இல்லை!" என்றார்.

அடுத்த நாள்...

எனது வீட்டு வாசலில் மூன்று நான்கு கார்களின் அணிவகுப்பு! மேயரே நேரில் வந்து காமராஜரின் சிலையைத் தரும்படி கேட்டு, என்னிடம் ஒரு தொகையையும் குறிப்பிடச் சொன்னார்.

நான், "சிலை தற்போது பிளாஸ்டர் ஆஃப் பாரீஸ் முறையில் உள்ளது. எனவே, சிலைக்கான தொகையாக நீங்கள் மூவாயிரம் ரூபாய் கொடுத்தால் போதும்!" என்றேன்.

சில நாட்கள் கழித்து மீண்டும் வந்தார்கள் அவர்கள்.

"இந்த மார்பளவுச் சிலையை மேயர் ஹாலில் தற்காலிகமாக வைக்கவே முடிவு செய்துள்ளோம். உண்மையில் பெரிய அளவில் காமராஜரின் உருவச்சிலையைச் செய்து வைக்கவேண்டும் என்பதே எங்கள் நோக்கம்! அப்படியொரு சான்ஸ் வரும்போது உங்களுக்கே வாய்ப்பு தருகிறோம். காங்கிரஸ் பிரமுகர் தேபர் வந்து திறக்கப் போவதால் நீங்கள் இப்போதைக்கு பிளாஸ்டர் ஆஃப் பாரீஸ் சிலையைத் தந்தால் போதும்" என்றார்கள்.

முழு உருவச்சிலையையும் நானே வடிக்கும் பாக்கியம் கிடைக்குமெனில் பிளாஸ்டர் ஆஃப் பாரீஸ் சிலைக்கு ஆகும் காசை ஏற்க வேண்டாமென என் மனது சொல்ல, நான் அவர்களுக்கு அந்த 'காமராஜரை' இலவசமாகவே வழங்கினேன். இத்தனை ரூபாய் மதிப்புள்ள சிலையை இலவசமாக வழங்குவதாக எழுதிக் கையெழுத்திட்டும் கொடுத்தேன்.

கார்ப்பரேஷன் மேயர் ஹாலில் காமராஜரை நான் வடித்திருந்த அந்த மார்பளவுச் சிலை வைக்கப்பட்டது. பிற்பாடு, காமராஜரின் முழு உருவச்சிலையை வைக்க அவர்கள் முடிவு செய்தபோது ஏற்கெனவே வாக்குக் கொடுத்தது போல் அவர்கள் என்னிடம் மட்டுமே தனிப்பட்ட முறையில் சொல்லவில்லை!...

'அப்படி ஒரு சிலையை உருவாக்கவேண்டுமெனில், உங்களது ரேட் என்னவாக இருக்கும்?" என்று கேட்டுப் பல சிற்பிகளுக்கு அனுப்பிய பொதுக்கடிதம் ஒன்றை எனக்கும் அனுப்பியிருந்தார்கள்.

ஆனால், ஏதோ பொதுப்பணித் துறைக்கு கொட்டேஷன் அனுப்பும் சாலை போடும் வேலை போன்று எனது கலையை அவர்களிடம் விலை பேசி, பேரம் படியவைக்க எனக்குச் சம்மதம் இல்லை. அதனால் நான் கொட்டேஷனே அனுப்பவில்லை.

காமராஜர் சிலை விஷயத்தில் நான் சென்னை கார்ப்பரேஷனிடம் ஏமாந்ததாக இன்றும் எனது சில நண்பர்கள் திண்ணமாகச் சொல்வதுண்டு. ஆனால் என் வரையில் நான் அதை ஒரு ஏமாற்று வேலையாகவும் நினைக்கவில்லை. இழப்பாகவும் நினைக்கவில்லை!

என்ன செய்வது? அவர்களுக்குத் தெரிந்தது அவ்வளவுதான்.

~

'பெரியாரை என் முன் அமரவைத்து சிலையாக வடிக்க வேண்டும்' என்ற எண்ணம் எனக்கு எழுந்தபோது தமிழறிஞரும் எழுத்தாளருமான மயிலை சீனி. வேங்கடசாமி என் உதவிக்கு வந்தார்.

அவர் என்னைப் பெரியாரிடம் அழைத்துச் சென்றார். அப்போது மவுண்ட் ரோட்டின் பின்புறம் உள்ள தனது அலுவலகத்தில் இருந்தார் பெரியார்.

"எத்தனை நாள் தேவைப்படும்?" என்று கேட்டார் பெரியார்.

"பதினஞ்சு இருபது நாளாவது வேணும்! தினமும் ரெண்டு மணி நேரம் கிடைச்சாக்கூட போதும்!"

"அத்தனை நாட்கள் சேர்ந்தாற்போல நான் இங்கே இருக்கறதில்லையே! ஒண்ணு செய்யுங்க... திருச்சியில அரசியல் வகுப்பு எடுக்கறதுக்காக முப்பது நாள் கேம்ப் போடப் போறேன். முடிஞ்சா நீங்க அங்கே வந்திடுங்க. உங்க வேலையை அங்கே வெச்சே முடிச்சிடலாம்" என்றார்.

திருச்சிவரை ரோலிங் ஸ்டாண்ட், களிமண் போன்ற எனது சிற்ப உபகரணங்களைக் கிலோ கணக்கான வெயிட்டில் எடுத்துச்செல்வது என்பது ரொம்பவும் கடினமான விஷயம்தான். இருப்பினும், கிடைத்த வாய்ப்பைத் தவறவிடக்கூடாது என்பதால் உடனடியாகத் திருச்சிக்கு வருவதாக ஒப்புக்கொண்டேன்.

பிறகு, சில பொதுப்படையான விஷயங்களை எங்களிடம் பெரியார் பேசிக்கொண்டிருந்தபோது, பட்டை பட்டையாக விபூதி தீட்டிக்கொண்டிருந்த ஐயர் ஒருவர் அங்கே வந்தார். அவரை இன்முகத்தோடு வரவேற்ற பெரியார் "நான் சொன்னால் சொன்னதுதான். உங்களுக்குத்தான் அந்த வீடு. நீங்க கவலைப்படாம போயிட்டு வாங்கய்யா!" என்றார்.

ஒரு சிற்பியின் சுயசரிதை

அதாவது, அந்த பிராமணருக்குத் தன் வீட்டை வாடகைக்குக் கொடுப்பதாகச் சொல்லிக்கொண்டிருந்தார்.

எனக்கு ஆச்சரியமாகிவிட்டது. வெளியே வந்ததும், எனது ஆசான் சீனி. வேங்கடசாமியிடம் “இவரைப் பற்றி வெளியே பிராமணர்களின் எதிரி என்று சொல்கிறார்கள். இவர் என்னடாவென்றால் இங்கே பிராமணருக்குத் தன் வீட்டைக் கொடுக்கிறாரே...” என்றேன்.

சீனி. வேங்கடசாமி சிரித்தார்.

“பிராமணருக்கு மட்டுமல்ல... எந்தத் தனி மனிதனுக்கும் அவர் எதிரியல்ல... பிராமணீயத்துக்குத்தான் எதிரி” என்று சொன்னார்.

எனக்குப் பெரியாரின் இன்னொரு பரிமாணம் புரிந்தது.

அடுத்த சில தினங்களில் திருச்சிக்கு அறுபது கிலோ லக்கேஜுடன் புறப்பட்டேன். என்னை எதிர்கொண்டு வரவேற்றார் எனது நண்பர் ஒருவர். அவர் திருச்சியில் டி.எஸ்.பி யாகப் பணியாற்றிக்கொண்டிருந்தார் என்பதால் அத்தனை மூட்டை முடிச்சுக்களையும் போலீஸ் ஸ்டேஷனிலேயே பத்திரமாக வைத்தாகிவிட்டது.

பிறகு பெரியார் தங்கியிருந்த வீட்டிலிருந்து மிக அருகே குடியிருந்த எனது முஸ்லீம் நண்பர் ஒருவரது வீட்டுக்கு இடம் பெயர்ந்தேன். அங்கே அவர்களது வீட்டில் தாங்கியபடியே தினமும் பெரியாரைப் போய்ப் பார்த்து வந்தேன்.

பெரியார் மிகுந்த அன்போடு ஒத்துழைத்தார். மணிக்கணக்கில் ஓரிடத்தில், ஒரே கோணத்தில் அமர்ந்திருப்பது பற்றித் துளியும் எரிச்சல் படவில்லை. பெரியாரது அலை அலையான கூந்தல், கடற்கரை அலைகளை நினைவுபடுத்தியது. அவரது கழுத்து அமைப்பைப் பார்க்கும்போது எனக்கு ‘பீரங்கி’தான் நினைவுக்கு வரும். அவரைப் போன்ற உருவ அமைப்புள்ளவரைச் சிலையாகச் செய்வதென்றால் எந்தச் சிற்பிக்குமே குதூகலம் வரும் அப்படியொரு பர்சனாலிட்டி அவர்.

ஒருநாள், நான் சிலை செய்துகொண்டிருந்தபோது திடீரென ஒரு பெரிய பட்டாளம் ஏகக் கூச்சலுடன் உள்நுழைந்தது. பெரியாரிடம் சாமி சிலைகள் உடைப்பு பற்றிய தங்களது போராட்டத் திட்டங்களை விவரித்து அவரது அனுமதியை வேண்டியது. பெரியாரும் அவர்களுக்குச் சில யோசனைகளை வழங்கிக்கொண்டிருந்தார். அந்தக் கும்பலில் இருந்த சிறுவன் ஒருவன், என் கைகளால் உருவாகிக்கொண்டிருந்த முழுமை

பெறாத களிமண் பெரியாரை ஏதோ பிள்ளையார் சிலை என்று அவசரத்தில் நினைத்துவிட்டான். கையிலிருந்த கட்டையால் அதை ஒரே போடாகப் போட இருந்தவனை மடக்கிப் பிடித்து நிறுத்தி, அவசர அவசரமாகக் களிமண் பெரியாரைப் பக்கத்திலிருந்த அறைக்குள் மாற்றி வைத்து, அறையை இறுகச் சாத்தி பூட்டியும் விட்டேன்!

ஒருவேளை அந்தப் பையன் அடித்திருந்து சிலை வீணாகியிருந்தால் எனது இருபது நாள் உழைப்பு காணாமல் போயிருந்திருக்கும். இதனாலோ என்னவோ வந்த மொத்தக் கூட்டமும் பெரியாரைப் பார்த்துவிட்டுச் செல்லும்வரை நான் டென்ஷனாகவே இருந்தேன்.

பெரியாரின் சிலை பிரமிக்கத்தக்க வகையில் உருவானது. பெரியாருக்கும் சிலை பிடித்திருந்தது. கவிஞர் பாரதிதாசன் அந்தச் சிலையை வைத்த கண் வாங்காமல் நெடுநேரம் பார்த்துவிட்டு என்னைப் பாராட்டி ஒரு கவிதையே எழுதித் தந்தார். ஓவியர்கள், சிற்பிகள் மத்தியிலும் எனக்குப் பெரும் புகழைச் சம்பாதித்துக் கொடுத்ததில் இந்தக் கலைப் படைப்புக்கு முக்கியப் பங்கு உண்டு.

அந்தப் பெரியார் சிலை இப்போது எங்கிருக்கிறது?

நியாயமான கேள்விதான்!

~

பெரியார் சிலையை பிளாஸ்டர் ஆஃப் பாரீஸில்தான் செய்தேன். அதை வெண்கலத்தில் வார்க்க எனது நிதி நிலைமை வசதிப்படவில்லை.

பெரியார் சிலையைச் செய்து முடித்த சமயத்தில் எனக்குக் கும்பகோணம் ஓவியக் கல்லூரிக்கு மாற்றல் கிடைத்தது. எனது பல படைப்புகளைச் சென்னைக் கல்லூரியிலேயே நான் வைத்துவிட்டுப் போக நேர்ந்தது. அதில் பெரியார் சிலையும் ஒன்று. அந்தச் சமயத்தில் யாரோ சில திராவிடக் கட்சியினர் கேட்டுக்கொண்டதற்கிணங்க எனது பெரியார் சிலையிலிருந்து மாதிரிப் படிவத்தை எடுத்துக்கொடுத்து உதவியிருக்கிறார்கள் சென்னைக் கல்லூரியினர்.

பெரியாரைத் தேடிவந்தவர்களுக்கு அவரது சிலைதான் முக்கியமாக இருந்ததே ஒழிய, அதை வடித்த சிற்பி யார் என்பதில்

அக்கறை இருக்கவில்லை. இப்போது நான் உருவாக்கிய பெரியார் சிலை எங்கிருக்கிறது? தெரியவில்லை.

எப்படியோ, நான் வடித்த பெரியார் எங்கோ ஓர் இடத்தில் இருக்கிறார் என்பதிலாவது எனக்கு மகிழ்ச்சியே.

அடுத்து நான் நேரில் பார்த்துச் சிலை வடித்த திரு.வி. கல்யாணசுந்தரனாரைப் பற்றி இங்கே சொல்ல வேண்டும்.

தமிழறிஞர் திரு.வி.க.வின் எழுத்துத் தமிழ் எனக்கு அவ்வளவு எளிதில் விளங்கியதில்லை. அர்த்தம் புரிந்துகொள்ள நான் பல நேரங்களில் கஷ்டப்பட்டிருக்கிறேன். ஆனால், நான் நேரில் அவரைப் பார்த்தபோது ரொம்பவும் எளிய தமிழில்தான் உரையாடினார்.

நான் இதை அவரிடம் சொன்னபோது, 'பக்'கென்று சிரித்துவிட்டார்.

"எனது எல்லாத் தமிழும் அடிப்படையில் ஒன்றுதான். நான் நேரில் நின்று பேசுகையில் உனக்குக் கவனம் பிறழாமல் இருக்கிறது. அதனால் புரிந்துகொள்ளுதல் சுலபமாக இருக்கிறது. நானே புத்தகத்தின் வாயிலாக உன்னிடம் பேசும்போது உனக்கு ஆயாசமாக இருக்கிறது. என் எழுத்தைவிடத் தூங்குவதுமேல் என்று கொட்டாவிகள் உன்னைத் தூண்டுகின்றன போலும்" என்றார் நகைச்சுவையாக!

"என் மூத்த பிள்ளையை கான்வென்ட்டில் சேர்க்க என் மனைவி பிரியப்படுகிறாள். எனக்கோ அவன் தமிழ் படிக்க ஆசை. நான் என்ன செய்யட்டும்?" என்றேன் அவரிடம்.

சில நிமிடங்கள் மௌனித்திருந்தார்.

"பேசாமல் கான்வென்ட்டில் சேர். ஆங்கில அறிவுதான் அவனை அவனியில் நிறுத்தும். நம் தமிழ் எங்கும் போய்விடாது. உன் பையனிடம் நிச்சயம் குடிகொள்ளும். அதற்காக உன் வீட்டில் நீ தனி முயற்சிகள் மேற்கொண்டாலே போதும்" என்றார் தீர்மானமாக!

அவரைத் தீர்க்கதரிசி என்றே இன்றும் உணர்கிறேன். காரணம், என் மூத்த மகன் சுரேந்திரனைக் கான்வென்ட்டில் படிக்க வைத்ததனால் மருத்துவப் படிப்பு அவனுக்குச் சுலபமாயிற்று. இன்று அவன் கைதேர்ந்த குழந்தைகள் மருத்துவ ஸ்பெஷலிஸ்ட்டாகப் பல்லாவரம் அருகே பிராக்டீஸ் செய்து வருகிறான். இன்றளவிலும் தமிழ் படிக்கும் ஆர்வத்துக்கும் ஓவிய ஈடுபாட்டுக்கும்கூட அவனிடத்தில் குறைச்சல் இல்லை.

இதனால் தமிழ்ப் பள்ளிகள் தயாரித்து அளித்த மேதைகளை அறிவுஜீவிகளை நான் புறக்கணித்துவிட்டதாகத் தயவுசெய்து யாரும் நினைத்துவிட வேண்டாம். இது ஒரு சாதாரண தந்தையின் எண்ண ஓட்டம் என நினைத்து மறந்துவிடுங்கள்.

திரு.வி.க. சிலை வடிப்பு விஷயத்துக்கு வருகிறேன்.

திரு.வி.க.விடம் என் எண்ணத்தைச் சொன்னபோது, "உண்மையில் நீ எனக்குப் பெருமை சேர்க்கிறாய்தான். என்றாலும் என்னைச் சிலையாக வடிக்கும் அளவுக்கு நான் என்னத்தைப் பெரிசாகச் சாதித்துவிட்டேன், சொல். தவிர, எனக்குச் சற்று உடல்நலமும் சரியில்லையேப்பா" என்றார்.

"ஐயா, இப்பேர்ப்பட்ட தமிழறிஞர் ஒருவர் இருந்தார் என்பதை நமக்கு அடுத்த பல தலைமுறைகளும் தெரிந்துகொள்ள வேண்டாமா? உங்கள் புத்தகங்களைப் படித்தால் உங்களின் தமிழ் புரியும். அப்போது அவர்களுக்குத் திரு.வி.க என்பவர் எப்படி யிருந்திருப்பார் என்று பார்க்கத் தோன்றுமே, அதற்காகவேனும் ஒத்துழையுங்கள்! உங்களை அதிகம் சிரமப்படுத்த மாட்டேன்" என்றேன்.

அரைமனதாக ஒப்புக்கொண்டார். சற்றே குள்ளமான உருவம். முட்டிக்காலுக்குக் கீழே ஒரு சாண் நீளத்தை எட்டுகிற நாலு முழ வேட்டி, சட்டை.- இதுதான் திரு.வி.க!

நான் சிலை செய்த சமயத்தில் கண் பார்வை சரியாகத் தெரியாமல் சற்று அவதிப்பட்டுக்கொண்டிருந்தார் திரு.வி.க. இருப்பினும் தொடர்ந்து தினமும் இரண்டு மணி நேரமாவது அமைதியாக ஒரே இடத்தில் உட்கார்ந்தபடி என் பணிக்கு ஒத்துழைத்தார்.

நான் அவரை நெடுநேரம் உட்கார வைப்பதற்காக மன்னிப்பு கேட்டபோது, "இல்லை தனபால் இப்படிச் சும்மாவே உட்கார்ந்திருக்கும்போது ஏதோ தியானம் மாதிரி மனதுக்கு இதமாக இருக்கிறது. எனக்குள் அமைதி படர்கிறது. இதற்காக நான்தான் உனக்கு நன்றி சொல்ல வேண்டும்!" என்றார்.

நான் கையெடுத்துக் கும்பிட்டேன்.

திருவி.க.ஓர் அச்சகம் வைத்திருந்தார். அவரது அச்சகத்தில்தான் நான் அவரது சிலை வேலைகளை மேற்கொண்டேன். அந்தக் காலகட்டத்தில் நடந்த ஒரு தமாஷ் நிகழ்ச்சி இன்றளவிலும் எனக்கு மறக்கவில்லை.

அன்று அவரது அச்சகத்தின் இரு கம்பாஸிடர்களுக்கு மத்தியில் ஒரு தகராறு ஏற்பட்டிருந்தது. வாய்த் தகராறு முற்றிக் கைகலப்பே நிகழ்ந்துவிடும் சூழலில் பிரச்னை திரு.வி.க. முன்பு வந்தது.

சண்டையில் ஈடுபட்டவர்களில் ஒருவர், "சார்! அவன் என்னைப் 'பொறுக்கி'ன்னு சொல்லிட்டான் சார்! நான் அதைக் கேட்டுட்டு எப்படிச் சும்மாயிருக்க முடியும்?" என்றார் சக தொழிலாளியைக் கைகாட்டி.

திரு.வி.க. "அவன் சொன்னது சரிதானேப்பா" என்றார்.

இதைக் கேட்டு நான் உட்பட அங்கு கூடியிருந்த அனைவரும் ஒரு கணம் திகைத்துவிட்டோம்.

பிறகு திரு.வி.க.வே விளக்கினார்.

~

"நீ நம்ம அச்சகத்தோட கம்பாசிடர் ஆச்சேப்பா, கம்பாசிடர்னா தமிழில் என்ன... எழுத்துக்களைப் 'பொறுக்கி' அச்சுக் கோக்கிறவன் தானே? அதனாலதான் உன்னைச் சுருக்கமா அந்தப் பெயர் சொல்லி அழைச்சிருக்கான். இதுக்கு எதுக்கு நீ அவன்கிட்ட சண்டைக்குப் போனே..?" என்று திரு.வி.க. சொன்னதும், அவரிடம் முறையிட்ட அந்த கம்பாசிடர் உட்பட அத்தனை பேரும் 'கொல்'லென்று சிரித்துவிட்டோம்.

இத்தனை நகைச்சுவை உணர்வும் ஏராள தமிழ் அறிவும் கொண்டிருந்த திரு.வி.க–வின் சிலை முற்றுப்பெற்றபோது அவர் சொன்னார்:

"தனபால், சிலை நன்றாக வந்திருப்பதாக எல்லோரும் சொல்கிறார்கள். எனக்குத்தான் அதைப் பார்க்கக் கொடுத்து வைக்கவில்லை."

இந்த வார்த்தையைக் கேட்டு எனக்குக் கண்ணீரே வந்துவிட்டது.

திரு.வி.க. தன் சிலையைத் தடவித் தடவிப் பார்த்து ரசித்தபோது என்னால் அந்தக் காட்சியைப் பார்க்க முடியவில்லை வேறுபுறம் திரும்பிக் கொண்டேன்.

சிலை செய்து முடித்த சில காலத்துக்கெல்லாம் திரு.வி.க. இறந்தபோது என் மனசுக்குள் மறுபடி மறுபடி அந்தக் காட்சியே வந்து உட்கார்ந்துகொண்டது. தமிழறிஞரின் இறுதிச் சடங்குக்கு ஓரளவு நல்ல கூட்டம் இருந்தது. ஆனால், சாவுக்கு மறுநாள் செய்யப்படும் பால் ஊற்றும் சடங்குக்குத்தான்

என்னையும் சேர்த்து மொத்தம் நாலே பேர். (இதில், தமிழறிஞர் அ.ச. ஞானசம்பந்தமும் ஒருவர்!)

கடலுக்குச் சென்று அவர் அஸ்தியைக் கரைத்தபோது என்னுள் அந்த அறிஞர் ஒரு தபஸ்வி மாதிரி வந்து நின்று ஜொலித்தார். சிலை செய்யும் சிற்பி முன்பு உட்கார்வதை ஒருவித யோகாசனமாக நினைத்தவரல்லவா அந்த மனிதர்!

திரு.வி.க-வின் சிலையை வெண்கலத்தில் செய்து தரும்படி எனக்கு அரசாங்கத்திடமிருந்து அழைப்பு வந்தது.

அழைத்தவர் – அப்போதைய செயலர் திரவியம் ஐ.ஏ.எஸ். "நீங்கள் வடித்த திரு.வி.க. சிலையை நான் ஓவியக் கல்லூரி கண்காட்சியில் பார்த்திருக்கிறேன். அதை வெண்கலத்தில் செய்து தரமுடியுமா..? அப்படி வடிக்க எவ்வளவு செலவாகும்?" என்று அரசாங்கத்தின் சார்பாகக் கேட்டார் திரவியம்!

"மூவாயிரத்து ஐந்நூறு ஆகும்" என்றேன்.

உடனே சென்று அப்போதைய மந்திரி சி. சுப்பிரமணியத்திடம் ஒப்புதல் வாங்கி வந்தார். "வேலையைத் தொடங்குங்கள். சீக்கிரம் சிலைத் திறப்பு விழா நடக்கவேண்டும். நீங்கள் சற்று ராப்பகலாக உழைக்க வேண்டியிருக்கும்" என்றார்.

மகிழ்வோடு ஏற்றேன்.

சிலையை வெண்கலத்தில் செய்தபோது அதற்குப் பீடமாகச் சில புத்தகங்களையும் கருங்கல்லில் அமைத்தேன். அதன்மீது திரு.வி.க. அமர்ந்திருப்பது போல் ஒரு தோற்றம். புத்தகங்களின் பெயர்களை நானே கையால் வடித்தால் சரிவராது என்பதால், மிகச் சிறந்த லெட்டரிங் ஆர்ட்டிஸ்ட்டை வரவழைத்து, அவர் அருகில் நானிருந்து எழுதச் செய்தேன். வெகு துல்லியமான ரிசல்ட் கிடைத்தது.

சென்னை, பெரம்பூர் அருகேயுள்ள திரு.வி.க. நகரில் இந்தச் சிலைத் திறப்புவிழா நடந்தபோது சி. சுப்பிரமணியம் தலைமை தாங்கிப் பேசினார்.

"சில சிலைகளின் கீழே எழுதப்பட்டிருக்கும் பெயரைக் கொண்டுதான் இன்னாரது சிலை என்று தெரிந்துகொள்ள முடியும். ஆனால், பார்த்த மாத்திரத்திலேயே இது திரு.வி.க. என்று உடனடியாக அடையாளம் காணும்படி வெகு தத்ரூபமாக திரு.வி.க-வை இங்கே வடித்திருக்கிறார் சிற்பி தனபால்!" என்றார்.

ஒரு சிற்பியின் சுயசரிதை

கூட்டத்துக்கு வந்திருந்த காமராஜரோ, என்னைக் கட்டித் தழுவிப் பாராட்டினார்.

சிலைத் திறப்புக்குப் பிறகு, "பேமெண்ட் ரெடியாக இருக்கிறது, வந்து வாங்கிச் செல்லுங்கள்!" என்று தகவல் சொன்னார்கள், திரவியத்தின் அலுவலகத்திலிருந்து.

நான் சென்றபோது திரவியம் எங்கோ அவசரமாக வெளியில் கிளம்பிக்கொண்டிருந்தார். போகிற அவசரத்திலும் 'செக்'கை என்னிடம் தந்து நாலு வார்த்தைகள் பேசிவிட்டுத்தான் போனார்.

'செக்'கில் எழுதப்பட்டிருந்த தொகையைப் பார்த்தவுடன் திகைத்துப் போனேன்... மகிழ்ச்சியோடுதான்!

காரணம் – செக் ஐந்தாயிரம் ரூபாய்க்கு வழங்கப்பட்டிருந்தது!

மூவாயிரத்து ஐந்நூறு ரூபாய் என்று பேசிவிட்டு எதற்காக ஆயிரத்து ஐந்நூறு ரூபாயைக் கூடுதலாகத் தரவேண்டும்?

நான் மண்டையைப் பிய்த்துக் கொண்டபோது திரவியத்தின் உதவியாளர் ஒருவர் சிரித்தார்.

"சிலை செய்ய மட்டுமே ஆர்டர் வழங்கப்பட்டது. ஆனால், அரசு கேட்காமலே பீடம் அமைத்தீர்கள். அதிலும் ஸ்பெஷலாகப் புத்தகங்கள் செய்தீர்கள். கூடுதலாக லெட்டரிங்கிலும் நீங்கள் எடுத்துக்கொண்ட சிறப்புக் கவனம் தெரிந்தது. அதனால்தான்!" என்றார் அந்த உதவியாளர்.

நான் விக்கித்துப்போய் நின்றேன்.

காமராஜர் சிலை விஷயத்தில் அரசாங்கத்தினால் 'ஏமாளி' என்று முத்திரை குத்தப்பட்ட அதே நான்தான், திரு.வி.க. சிலை விஷயத்தில் ஒரு அதிகாரி மூலமாகக் குளிர்விக்கப்பட்டேன்.

'கடவுள் எப்போதுமே பாரபட்சமாக நடப்பதில்லை. ஒன்றை இழந்தால் வேறொன்றில் ஈடுசெய்வான்' என்கிறார்களே... அது என்னைப் பொறுத்தவரையில் உண்மையாயிற்று.

கலைஞர்கள் மீது எத்தனை தூரம் மரியாதை இருந்தால் 'கூடுதலாகப் பணம் போட்டுக் கொடுத்திருக்கிறேன்' என்று என்னிடம் சொல்லக்கூடக் கூசியிருப்பார் அதிகாரி திரவியம்.

இதுபோன்ற அதிகாரிகளை இன்று காண்பது எங்கோ நூற்றில் ஒருவரைத்தான் எனும்போது இதயம் சற்று வலியால் துடிக்கிறது.

எஸ். தனபால்

நான் நேரில் பார்க்காமல்... பார்க்க வாய்ப்புக் கிடைக்காமல்... ஆனாலும் செய்தே தீரவேண்டும் என்கிற வெறியோடு செய்த 'தலைவர் சிலைகளும்' உண்டு.

~

காந்தியைப் போன்ற ஒரு மனிதரை இனி இந்தத் தேசம் மட்டுமல்ல... இந்த உலகமே பார்க்குமா என்பது சந்தேகம்தான் அப்பேர்ப்பட்ட உயரிய மனிதரை – மகாத்மாவைச் சிலையாய் வடிக்கும் எண்ணம் எனக்கு வந்தபோது காலம் கடந்துவிட்டிருந்தது. காலன், காந்தியைக் கவர்ந்து சென்றிருந்தான்.

"ஒருவரை நேரில் பார்த்தால்தான் சிலை செய்ய முடியுமா என்ன? யாரும் சொல்லாமலே கோடிக்கணக்கான இந்தியர்கள் மனதில் இடம் பிடித்திருக்கும் மகாத்மாவை மனதால் உணர்ந்து சிலை வடிக்க முடியாதா?" இந்தக் கேள்வி என்னுள் எழும்பியதும் உத்வேகம் பிறந்தது.

மகாத்மாவைப் பற்றி தேசிய வெளியீட்டுக் கழகம் அவருடைய அரிய படங்களுடன் கூடிய புத்தகம் ஒன்றை அப்போது வெளியிட்டிருந்தது. அந்தப் புத்தகத்திலிருந்த புகைப்படங்களை முதல் வேலையாகக் கத்திரித்து வைத்துக்கொண்டேன்.

தினமும் ஒரு காந்தி படத்தைக் கையில் எடுத்துக்கொண்டு அதிகாலை நேரத்தில் 'நீள வாக்' ஒன்று போவேன். கிட்டத்தட்ட ஒரு மணி நேரம் காந்தியின் படத்தைக் கையில் பிடித்தபடி அவ்வப்போது ரோட்டையும் பார்த்தபடி நடக்கும்போது எனக்குள் எதுவோ ஒன்று சென்று பதியும்.

வடமொழியில் 'எத் பாவம் (bhavam) தத் பவதே' என்று ஒரு ஸ்லோகம் உண்டு. அதாவது, எதை நினைக்கிறோமோ அதுவாகவே ஆகிவிடுவது என்று பொருள். அந்த விதத்தில், என்னால் நினைத்த மாத்திரத்தில் காந்தியாக முடியாது. என்றாலும், காந்தியை ஒரு வடிவமாக என் மனதில் நிலைநிறுத்திக்கொள்ள இந்தத் தினசரி 'வாக்'கும் அவர் படமும் உதவியன.

இப்படி... கிட்டத்தட்ட மூன்று மாதங்கள் காந்தியுடன் நடை போட்டேன். அது மட்டுமல்ல. நள்ளிரவில்கூட காந்தி படத்தைக் கையில் வைத்தபடி உற்று நோக்கிக்கொண்டிருப்பேன். என் மனைவி "என்ன இது? நடு ராத்திரியில்..." என்பாள்.

“அம்மா... நான் செய்யப்போவது ஒரு மகானின் சிலை. அதில் தவறு எதுவும் நேர்ந்துவிடக்கூடாது! தவிர மகாத்மாவின் பல படங்களைப் பார்த்தாலும் ஏதாவது ஒரு எக்ஸ்பிரஷன்தான் எனக்குள் மிக ஆழமாய்ச் சென்று பதியவேண்டும். அவரது பல்வேறு உன்னத எக்ஸ்பிரஷன்களில் எந்த உணர்ச்சியை நான் சிலையில் கொண்டுவருவது என்பதை அவரது படமே எனக்குச் சொல்லித்தரும். அந்தக் கட்டளை எனக்குள் சென்று இறங்கி, நான் அதை நிறைவேற்றும் வரையில் இப்படித்தான் பித்துப்பிடித்திருப்பேன்” என்றேன். அதற்குப் பிறகு என் மனைவி அதுபற்றி என்னிடம் கேள்வி கேட்பதையே நிறுத்திவிட்டாள்.

காந்தியுடன் நான் மேற்கொண்ட பயணத்தில் எனக்கு வெற்றிதான். காந்தி, இறைவனை நோக்கிய பிரார்த்தனையில் ஈடுபட்டிருக்கிறாற் போன்ற தோற்றம் எனக்குள்ளிருந்த கலைக் கதவைத் திறக்க அதுவே சிலையாயிற்று.

நான் காந்தியைக் களிமண்ணில் செய்து பிறகு பிளாஸ்டர் ஆஃப் பாரீஸில் மாற்றியமைத்து முடித்தபோது எனக்கே ஒருவித திருப்தி வந்துவிட்டது.

~

ஒரு கலைஞனுக்கு அத்தனை சீக்கிரத்தில் திருப்தி வந்துவிடாது. முழுமையான நிறைவு என்றைக்குமே வராது. ஒரு கட்டத்தில் செய்ததை அடுத்தடுத்த காலங்களில் உற்றுப்பார்க்கையில், அட! இந்த இடத்தில் இதை மிஸ் பண்ணியிருக்கிறோமே, இன்னும்கூட நல்லா செய்திருக்கலாமோ? என்கிற கேள்வி எழவில்லை என்றால் அது கலைஞனின் மனதே இல்லை என்பது சர்வ நிச்சயம்.

ஆனாலும், சில நேரங்களில் – சில சந்தர்ப்பங்களில் நாமா இதைச் செய்தோம் என்கிற பிரமிப்பு எழும் பாருங்கள். அதுமாதிரி ஓர் உணர்ச்சிபூர்வம், சிலிர்ப்பு போன்றவை திருப்திக்கு அடிகோலும், இதெல்லாம் வந்துவிட்டாலே அந்தப் படைப்புக்குப் பாதி வெற்றி என்று அர்த்தம்.

அந்த வகையில் என் நினைவில் உறைந்து, கரங்கள் மூலம் வெளிப்பட்ட காந்தி சிலை, பலரது பாராட்டுகளையும் பெற்று வெற்றியடைந்தது.

காந்தியை நான் வடித்திருக்கிறேன் என்று காமராஜர் கேள்விப்பட்டதும் வீடு தேடி வந்து என்னைப் பார்த்துவிட்டுப் போனார். பிறகு, காந்தியின் மகனும் ராஜாஜியின் மருமகனுமான தேவதாஸ் காந்தி சென்னைக்கு வந்தபோது அவரையும் சிலை பார்ப்பதற்காக என் வீட்டுக்கு அனுப்பிவைத்தார் காமராஜர். தேவதாஸ் காந்தியை அழைத்து வந்தவர் காங்கிரஸ் பிரமுகர் என்.கே. விநாயகம்.

சிலையைப் பார்த்ததும் தேவதாஸ் சில நிமிடங்களுக்கு யாருடனும் எதுவும் பேசவில்லை. பல கோணங்களிலும் நின்று பார்த்தவர், இறுதியில் பெருமூச்செறிந்தார். என் கைகளைப் பிடித்து அழுத்தி "ரொம்ப நன்றாகச் செய்திருக்கிறீர்கள். என் அப்பாவை நேரில் பார்ப்பது போலவே இருக்கிறது" என்றார்.

சொல்லும்போதே குரல் தழுதழுத்தது. கண்ணீர்த் திவலைகள் எட்டிப் பார்த்தன. தேவதாஸ் மட்டுமல்ல, தேவதாஸின் மாமனார் ராஜாஜிகூட என் காந்தி சிலையை மெய்ம்மறந்து பாராட்டினார்.

"மறைந்த தலைவர்களைச் செய்யும்போது எதற்கும் இருக்கட்டுமே என்று மாடலாக ஒருவரை எதிரே காந்தி போலவே நிற்கவைத்துச் செய்வார்கள் சிலர். இதனால் எப்படிப் பார்த்தாலும் அந்த மாடல் மனிதரின் சாயல் தலைவர் சிலைக்குள் வந்துவிடும். அதைத் தவிர்க்கும் வகையில் நீங்கள் காந்தியின் படத்தை வைத்துக்கொண்டே முயன்றிருக்கிறீர்கள். நீங்கள் தோற்கவில்லை தனபால். இதில் நிஜமான காந்தியே என்முன் தெரிகிறார்" என்றார் உணர்ச்சிப்பூர்வமாய்!

எனக்கு இந்தப் பாராட்டுகள் போதுமானதாக இருந்தன. பலரின் ஏகோபித்த பாராட்டுகளைப் பெற்ற அந்தக் கலைப்படைப்பை விற்றுச் சம்பாதிக்க வேண்டும் என்று எனக்குத் தோன்றவே இல்லை. கோவில்பட்டியில் யாரோ கேட்டார்களென்று மாதிரிப் படிவம் எடுத்துக்கொடுத்தேன். பிறகு காந்தி மண்டபத்தில் வைக்க அதே சிலையை மார்பளவுக்கு வெண்கலத்தில் செய்து தருமாறு எனக்கு அரசிடமிருந்து தகவல் வர உடனடியாய்ச் செய்துகொடுத்தேன்.

எனது காந்தி சிலைக்கு மட்டுமல்ல, நான் வாட்டர் கலரில் தீட்டியிருந்த காந்தி ஓவியத்துக்குமேகூட நிறைய பாராட்டுதல்கள் இருந்தன.

சென்னை ஓவியக் கல்லூரியில் நாங்கள் ஆசிரியர்களும் மாணவர்களுமாய்ச் சேர்ந்து எங்களது படைப்புகளைக்

கண்காட்சியாக வைத்திருந்த சமயத்தில் எனது அந்த காந்தி ஓவியமும், நண்பர் பணிக்கருடைய காந்தி, புத்தர், ஏசு ஆகியோரைச் சேர்ந்து வரைந்திருந்த ஓவியமும் இடம் பெற்றிருந்தன.

கண்காட்சிக்கு வந்திருந்த ராஜாஜி ஒவ்வொரு ஓவியத்தையும் நின்று நிதானமாய்ப் பார்த்துக்கொண்டே வந்தார். ஆங்காங்கே தனக்கு எழுந்த சந்தேகங்களைக் கேட்டு நிவர்த்தி செய்துகொண்டார்.

கடைசியில் கிளம்பும்போது "அந்த இரண்டு காந்திகளையும் எனக்காக ரிசர்வ் செய்து வையுங்கள்!" என்றார்.

மறுநாள்...

நானும் நண்பர் பணிக்கரும் கல்லூரிக்குள் நுழைந்தபோது எங்களுக்காகக் காத்திருந்தார் அப்போதைய கவர்னரின் உதவியாளர்.

"ராஜாஜி நேற்று ரெண்டு பெயிண்ட்டிங்குகளை எடுத்து வைக்கச் சொன்னாராமே, அவையிரண்டையும் ராஜ்பவனுக்கு வாங்கி வைக்கச் சொல்லி உத்தரவு போட்டிருக்கிறார். அவற்றைப் பணம் கொடுத்து வாங்க வந்திருக்கிறேன்" என்றார் அந்த உதவியாளர்.

நாங்கள் மகிழ்வுடன் கொடுத்த அந்த ஓவியங்கள் சென்னை ராஜ்பவனில் இன்றும் இருக்கின்றன.

அப்போது மட்டுமல்ல, இன்னொரு முறையும் ராஜாஜி எங்களைப் போன்ற ஓவியர்கள் மீது தன் பரிவைக் காட்டியிருக்கிறார்.

தில்லியில் நடந்த ஒரு சர்வதேசக் கண்காட்சியில் பங்கேற்க எங்களது சங்கத்தின் சார்பாகப் பல படைப்புகள் சென்றன. அத்தனை பேரும் அந்தக் கண்காட்சிக்குப் போனால் செலவு கட்டுப்படியாகாது என்பதால் எங்களது மாணவர் சாரங்கன் மற்றும் இருவரை மட்டுமே அனுப்பிவைத்திருந்தோம். சாரங்கனுக்குக் கண்காட்சி அனுபவங்கள் அதிகம். அங்கே தில்லி ஓவியக் கண்காட்சிக்கு வருகை தந்திருந்த ராஜாஜி "எங்கே தனபால், பணிக்கரெல்லாம் காணோம்...?" என்று சாரங்கனிடம் கேட்டிருக்கிறார். சாரங்கன், "வரமுடியவில்லை சார்... நிறைய வேலைகள்..." என்றபடி இழுத்திருக்கிறார்.

ராஜாஜிக்கு என்ன தோன்றியதோ, உடனடியாய் இரண்டாயிரம் ரூபாய்க்கு ஒரு செக்கை நண்பர் பணிக்கர் மற்றும் என் பெயரில் எழுதி சாரங்கன் கையில் திணித்துவிட்டார்.

சென்னைக்கு வந்து சேர்ந்த அந்தக் காசோலையை நாங்கள் சங்கத்தின் பெயரில் மாற்றி நீண்ட நாட்களுக்கு எல்லோரிடமும் ராஜாஜி தந்த நன்கொடையைப் பற்றிப் பெருமையாகப் பேசிக்கொண்டிருந்தோம்.

இன்றைக்கு எந்த அரசியல் தலைவருக்காவது இத்தனை கலாரசனை, கலைஞர்கள் மீது அன்பு – பாசம் போன்றவை இருக்குமா என்று எண்ணுகிறபோதே உணர்ச்சி வசப்படாமல் இருக்க முடியவில்லை.

அடுத்தாற்போல் நான் ஆசை ஆசையாய் வடிக்க நினைத்த சிலை – நேருவினுடையது.

ஒரு நாட்டின் பிரதமரிடம் சென்று அவரது பல்வேறு செயல்பாடுகளை நிறுத்தி, 'நான் சிலை செய்ய ஒத்துழைப்பு தாருங்கள்!' என்று கேட்க எனக்குக் கூச்சமாயிருந்தது. ஆகவே, அவரது சிலையையும் புகைப்படத்தைப் பார்த்தே செய்ய முடிவு செய்தேன். சிலையைச் செய்துகொண்டிருந்தபோதே அடித்தது ஒரு லக்.

~

நேருவின் உருவச்சிலையைச் செய்யும்படி என்னைத் திருச்சியிலுள்ள பி.எச்.ஈ.எல். நிறுவனம்தான் கேட்டுக்கொண்டது.

காந்தியைப் போல நேருவையும் படத்தைப் பார்த்தே வடிக்க வேண்டியிருக்குமோ என்று நான் நினைத்தபோதுதான் நேரு சென்னைக்கு வந்தார். அவரையும் அவரது முகபாவங்களையும் அருகேயிருந்து பார்த்துக்கொள்ள என்னை அனுமதிக்கும்படி காமராஜரிடம் வேண்டினேன். அப்போது ராஜாஜி முதல்வராக இருந்தார். காமராஜர் சிபாரிசில் எனக்கு விழாவுக்கான ஸ்பெஷல் பாஸ் வழங்கப்பட்டது. இருப்பினும் பாதுகாப்பு விஷயம் கருதி ரொம்பவும் அருகேயெல்லாம் நான் அனுமதிக்கப்படவில்லை.

ஆனால், விழா நடந்த அந்த ஒரு சில மணி நேரங்களை வீணாக்காமல், நான் நேரு மீதே கண் பதித்திருந்தேன். அவரது பின்பக்கம், முன்பக்கம், சைடு தோற்றம் போன்ற அனைத்தும்

என் மனதில் பதிந்தன. அவரது முகபாவங்களை எனது நோட்டுப் புத்தகத்தில் கிறுக்கலாய்க் குறித்துக்கொண்டேன்.

பாவங்கள்தான் ஒரு சிலையை முழுமையாக்கும் என்பதால் எனது நேரு சிலை வடிப்புக்கு அந்த விழா நிகழ்ச்சி பெரிதும் உதவியது.

வெண்கலத்தில் நேரு சிலையை வடித்து பி.எச்.ஈ.எல்–காரர்களிடம் தந்தேன். இன்றும் அந்தச் சிலை அந்தத் தொழிற்சாலையில்தான் உள்ளது.

பெரிய பெரிய தலைவர்களை மட்டும்தான் என்றில்லை. பிரமுகத்தனம் எதுவுமே இல்லாத சாதாரணர்களையும் சிலை வடிக்க வேண்டும் என்பதில் பெரும் ஆர்வம் கொண்டிருந்தவன் நான். வீட்டில் ஓய்வாக இருக்கும் நேரத்திலும் கல்லூரியின் மதிய உணவு இடைவேளையிலும்கூடச் சிலை வடிப்பிலேயே மூழ்கியிருப்பேன். அப்போதெல்லாம் கூடவே ஒத்துழைக்க 'மாடல்கள்' வேண்டுமே? அதற்காக எனது மாணவர்களையே உட்கார வைத்தும் சிலை செய்திருக்கிறேன். அப்படி நான் செய்ததுதான் ஜார்ஜ் என்ற என் மாணவனது உருவச்சிலை. ரொம்பக் குறைந்த காலத்தில் செய்த இந்தச் சிலை, பல தேசியக் கண்காட்சிகளிலும் இடம்பெற்று எனக்குப் பெயர் வாங்கித் தந்தது.

அதேபோல் என்னைப் பாதித்த ஒரு உணர்ச்சிகரமான முகபாவத்துக்காக நான் உடனடியாய்ச் சிலை வடிப்பில் ஈடுபட்ட சம்பவமும் உண்டு.

'மாமன்' என்கிற எனது கேரள மாணவர் சோழமண்டலத்தில் குடில் போட்டுத் தன் குடும்பத்துடன் வசித்துக்கொண்டிருந்தார். அப்போது சென்னையில் ஏற்பட்ட பெரும்புயல் மழை காரணமாக அவர்கள் வீடு வெள்ளத்தில் அடித்துச் சென்றுவிட்டது. இதனால் கல்லூரிக்கே தனது குடும்பத்துடன் வந்து தங்கிவிட்டார் அந்தக் கலைஞர். துயரத்தின் விளிம்பில் எல்லாம் பறிபோன துக்கத்தில் இருந்த அவரது குழந்தை என்னை வெகுவாய்ப் பாதிக்கச் சிலை உருவானது. இந்தச் சிலையை தில்லியிலுள்ள லலித் கலா அகாடமி தனது சேகரிப்புக்காக என்னிடமிருந்து வாங்கியது.

அடுத்து, நான் மனம் பெருமையில் பூரிக்க வடித்த சிலை, பழனி உடையார் என்ற எனது ஆசிரியருடையது. எனது டெரகோட்டா சிற்பங்களை உருவாக்கக் களிமண் மிதிக்கும் விஷயத்திலிருந்து அவற்றைச் செங்கல் போல் இறுகச் சுடுவது வரையிலான டெக்னிக்கைக் கற்றுக்கொடுத்தவரே அவர்தான்!

அப்போது அவர் லாயிட்ஸ் ரோட்டில் வசித்து வந்தார். அந்தப் பகுதியிலும் மண்பாண்டத் தொழில் செய்பவர்களே வசித்தார்கள். ஆனால், வாழ்க்கைத் தரத்தில் உயர்ந்தும் பாரம்பரியம் மறக்காமல் மண்பாண்டத் தொழிலில் ஈடுபட்டிருந்தவர்கள் அவர்கள்.

பழனி உடையாரைச் சிலையாய் வடித்தபோது எனது நண்பர் ஹெச்.வி. ராமகோபாலும் அங்கே இருந்தார். சிலை வடிக்க உபயோகப்படும் மூங்கில் குச்சி போன்ற எந்த உபகரணமும் இன்றி, வெறும் கைகளால் களிமண்ணில் விரல் பதித்து நான் செய்த சிலை அது. நண்பரே ஆச்சரியப்பட்டார்.

பழனி உடையார் சிலையைப் பார்த்துவிட்டுச் சிலர் "காந்தியா?" என்று கேட்டிருக்கிறார்கள். அவர்களது சந்தேகம் நியாயமானதே என்று சொல்லும் வகையில் காந்தியின் சாயல் நிறையவே தென்படும் பழனி உடையாரிடத்தில்.

நான் விரும்பியோ விரும்பாமலோ, தெரிந்தோ தெரியாமலோ புத்தர் என் வாழ்வில் நிறையவே வந்துவிட்டார். நான் காப்பி எடுத்த கொரிய பெயிண்ட்டிங்கிலும் புத்தச் சார்பு உண்டு.

அது...

~

புத்தருடைய இரண்டாயிரத்து ஐந்நூறாவது ஜெயந்தியை உலகம் மொத்தமும் கொண்டாடிய வருடம் இங்கே தமிழகத்திலும் புத்த ஜெயந்தியை விமரிசையாகக் கொண்டாட முடிவு செய்தார்கள்.

அப்போது சி. சுப்பிரமண்யம் கல்வி அமைச்சராக இருந்தார். புத்தருடைய வாழ்க்கையை வெகு அழகாய் கேன்வாஸில் வடிக்க அரசு முடிவு செய்திருப்பதாகவும், அந்தப் பணியைச் செய்ய என்னையும் சக ஓவியர் சீனிவாசலுவையும் அமைச்சர் நியமித்திருப்பதாகவும் எங்களுக்குச் சென்னை மியூஸியத்திலிருந்து செய்தி வந்தது.

மியூஸியத்தின் மேற்பார்வையாளர் ஐயப்பன் எங்களிடம், "சார்... நீங்கள் இருவரும் புத்தர் வாழ்க்கையை ஆறடிக்கு நாலடி அளவில் முப்பது பேனல்களை வரைய வேண்டியிருக்கிறது. பேசாமல் இங்கேயே தங்கிவிடுங்கள். எல்லா ஏற்பாடுகளையும் நான் செய்து தருகிறேன்" என்றார்.

அது நல்ல ஐடியாவாக இருந்ததால் அங்கேயே தங்கி விட்டோம். மொத்த வாழ்க்கையையும் வண்ணத்தில் வடிப்பதென்றால் சில விளக்கமான தகவல்கள்தானே காட்சிகளாக முடியும்.

"அதனாலென்ன? உங்களுக்குப் புத்தகங்கள் தந்தால் போயிற்று!" என்று சொல்லி கன்னிமரா நூலகத்திலிருந்து கட்டுக்கட்டாய் புத்தர் பற்றிய புத்தகங்களை அனுப்பி வைத்தார் மியூஸிய மேலாளர்.

தலையணை சைஸில் ஏகப்பட்ட புத்தகங்களை மூட்டை கணக்காய்ப் பார்த்ததுமே எங்களுக்கு 'திக்' என்றாகிவிட்டது.

"இப்படியெல்லாம் நாங்கள் ஏராளமாய்ப் புத்தகங்கள் படித்திருந்தால் ஏன் ஆர்ட்டிஸ்டுகளாகிறோம்? பேசாமல் பாரிஸ்டர்களாகி கோர்ட் படியேறி லா பாயிண்டுகளை அள்ளி வீசியிருப்போமே" என்றேன் நான் பரிதாபமாய்.

ஐயப்பன் புரிந்துகொண்டார்.

எங்களுக்குத் தெரிய வேண்டிய விஷயங்களை மட்டும் 'மார்க்' செய்துகொடுத்து உதவும்படி நூலகத்திலிருந்த ஒருவரையே நியமித்தார்.

படிக்கும் பிரச்னை ஒழிந்தது. சரி! ஆனால், சாப்பாட்டுப் பிரச்னை?

முப்பது நாட்களும் அங்கேயே தங்கியிருந்தபோது... அரசாங்கம் என்னவோ ஓட்டல் சாப்பாட்டுக்கு ஏற்பாடு செய்வதாகத்தான் சொன்னது. இருந்தாலும் ஒரு மாதம் முழுக்க ஓட்டலில் சாப்பிட முடியுமா என்ன? எனவே எங்களது உதவியாளர்களும் நாங்களும் மாற்றி மாற்றி வீட்டிலிருந்து சாப்பாடு எடுத்துவந்தோம்.

அப்போது ஒரு தமாஷ் நடந்தது.

கருப்பையா என்ற எங்களது உதவியாளர் தன் வீட்டிலிருந்து ரொம்பவும் ஸ்பெஷலாக நான்–வெஜ் சமைத்து எடுத்து வருவதாக எங்களிடம் அன்று வாக்களித்திருந்தார். மணி மதியம் இரண்டரையை நெருங்கியபோது அவர் மியூஸியம் வாயிலில் வந்துகொண்டிருந்தார்.

அவரது சைக்கிளின் பின்னே ஏதோ சினிமா ஷூட்டிங் கேரியர் மாதிரி பிரம்மாண்ட உயரத்தில் இருந்தது டிபன் கேரியர். அவர் ஏற்கெனவே அன்று காலையில் சொல்லிவிட்டுப் போயிருந்த மெனுவால் எல்லோர் நாக்கிலும் நீர், கண்களில் நப்பாசை. பார்த்துக்கொண்டேயிருக்கும்போதே சைக்கிளின்

பின் ஸீட்டோடு இழுத்துக் கட்டப்பட்டிருந்த அந்த டிபன் கேரியர் தடாலென்று கீழே விழுந்தது. எங்கள் கண்முன்னே அத்தனை அயிட்டங்களும் நிலத்தில் புகைந்துகொண்டிருந்தன. (அத்தனை சூடு!)

இத்தனை தமாஷ்களுக்கு நடுவேயும் நாங்கள் ராப்பகலாக உழைத்து பேனல்களைத் தயார்செய்து முடித்தோம்.

புத்த ஜெயந்தியை அப்போதைய ஜனாதிபதி ராஜேந்திர பிரசாத் வந்து துவக்கிவைத்தார். அன்று திறக்கப்பட்ட நூற்றாண்டு விழாக் கட்டடத்தில் புத்தரின் அந்த வாழ்க்கைப் படங்களை அணிவகுப்பாய் வைத்து இன்றளவிலும் சென்னை மியூஸியம் பாதுகாத்து வருகிறது.

இன்னொருமுறை புத்தர் சம்பந்தப்பட்ட மனிதரை வாட்டர் கலரில் செய்த அனுபவமும் எனக்குண்டு. அதற்குக் காரணம் வெங்கடாசலம் என்றொரு கலை விமரிசகர். இவர் நிறைய நாடுகளுக்குப் போய்க் கலைப்பொருட்களைச் சேகரிக்கும் பணியில் ஈடுபட்டிருந்தார். ஒரு முறை கொரியாவிலிருந்து போதி தர்மா என்பவரது ஓவியத்தை இவர் ஸ்க்ரோலில் (சுருட்டி எடுத்து வரப்படுவது) கொண்டுவந்தார். அதைப் பார்த்த காங்கிரஸ் பிரமுகர் ஆர்.கே. சண்முகம் செட்டியார் தனக்கு அதைத் தரும்படி கேட்க, “மன்னிக்கவும், வேண்டுமானால் யாராவது ஒரு ஓவியரைவிட்டு காப்பி செய்து தருகிறேன். இது எனக்கு வேண்டும்” என்று சொல்லியிருக்கிறார் வெங்கடாசலம்.

கொடுத்த வாக்கின் காரணமாக ஓவியக் கல்லூரிக்கு வந்து வெங்கடாசலம், ராய் சவுத்ரியைச் சந்திக்க, பணி கடைசியில் என்னிடம் ஒப்படைக்கப்பட்டது.

சண்முகம் செட்டியார் அப்போது காங்கிரஸின் மத்திய அமைச்சரவையிலேயே இருந்தார். அப்பேர்ப்பட்டவருக்குள் இருந்த கலாரசனைக்காக நான் போதி தர்மாவை ‘காப்பி’ செய்து கொடுத்தேன்.

அது சரி, இந்த போதி தர்மா யார்?

~

அந்தப் போதி தர்மா, ஒரு புத்தமத சந்நியாசி சொந்த ஊர் காஞ்சிபுரம். சீனா, ஜப்பான், கொரியா போன்ற நாடுகளில் புத்த மதத்தைப் போதித்து வந்தவர் அவர்.

போதி தர்மா படத்தை வரைந்து கொடுத்தபோது ரொம்பவும் சந்தோஷப்பட்டார் ஆர்.கே. சண்முகம் செட்டியார். ஓவியத்தில் மிகவும் ஈடுபாடுள்ள அவருக்கு நான் வரைவது திருப்தி ஏற்படுத்தியதால் உடனே இன்னொரு வேலையையும் என்னிடம் ஒப்படைத்தார். புதுக்கோட்டையில் இருக்கும் சித்தன்னவாசல் ஓவியங்களை அவருக்காக நான் வரைந்து கொடுத்தேன்.

பின்னாளில் ஒரு சமயம், நுங்கம்பாக்கத்தில் இருக்கும் எனது நண்பர் பேராசிரியர் கிருஷ்ணமூர்த்தியின் வீட்டுக்குப் போன எனக்கு இன்ப அதிர்ச்சி. அவர் வீட்டுச் சுவரில் போதி தர்மாவின் படம்! அது சண்முகம் செட்டியாருக்காக நான் வரைந்து கொடுத்தது. அப்போது சண்முகம் செட்டியார் உயிரோடு இல்லை.

அழகப்பச் செட்டியார் கல்லூரியில் பேராசிரியராக இருந்த கிருஷ்ணமூர்த்திக்கு நட்பின் பேரால் ஒருவேளை சண்முகம் செட்டியார் அந்த ஓவியத்தைப் பரிசளித்திருக்கக்கூடும் என்ற எண்ணத்தில் நான் அதுபற்றி நண்பர் கிருஷ்ணமூர்த்தியிடம் எதுவும் கேட்கவில்லை.

சரி... மறுபடியும் கல்லூரிக்கு வருவோம்.

அந்தச் சமயத்தில் ஓவியர்களின் மத்தியில் வாட்டர் கலர்தான் மிகவும் பிரசித்தம். வாட்டர் கலரில் இயற்கைக் காட்சிகள் (லேண்ட்ஸ்கேப்) வரைவதில் அப்போதைய மாணவர்கள் பால்ராஜ், ஞானாயுதம் இருவரும் ரொம்பவும் திறமைசாலிகள். அவர்களுக்குப் பின் பணிக்கர் இன்னும் அந்த வேலையைத் திறம்பட – தனக்கே உரிய ஒரு வித்தியாசமான ஸ்டைலில் செய்தார். வங்காளத்திலிருந்து வந்த மாணவரான கோபால் கோஷும் பணிக்கருக்கு நிகரான திறமை பெற்றிருந்தார். இவர்கள் இருவரின் வாட்டர் கலர் பெயிண்டிங்கைப் பார்த்து அசந்துபோன அப்போதைய மதுரை கலெக்டர் (பிரிட்டிஷ்காரர்) ஒருவர் அவர்கள் இருவரையும் மதுரைக்கு வரும்படி அழைப்பு விடுத்தார்.

மதுரையிலுள்ள கோயில்கள், அதன் சுற்றுப்புறங்கள், புகழ்பெற்ற முக்கியமான ஸ்தலங்கள் எல்லாவற்றையும் அவர்கள் இருவரையும் கொண்டு வாட்டர் கலரில் வரையச் செய்து, அதைப் பெரிய அளவில் ஒரு கண்காட்சியாகவே வைத்தார் ஓவிய ஆர்வமிக்க அந்த பிரிட்டிஷ்கார கலெக்டர்.

பணிக்கர் மற்றும் கோபால் கோஷின் ஓவியங்கள் மதுரை நகரத்தின் ஓவிய ஆர்வமிக்க இளைஞர்களின் மனதைச் சுண்டியிழுத்தன. பல இளைஞர்களின் ஓவிய வாழ்க்கைக்கு

அது தூண்டுதலாக அமைந்தது என்றுகூடச் சொல்லலாம். கிருஷ்ணா ராவ், வெங்கடசாமி போன்ற இளைஞர்கள் அதற்கு நல்ல உதாரணங்கள்.

பின்னாளில் கிருஷ்ணா ராவ் அதே துறையில் தன்னை மேலும் முன்னேற்றிக்கொண்டு பேர் சொல்லும்படியாக வளர்ந்து விட்டார். பணிக்கரும் கோபால் கோஷும் தங்கள் படிப்பு முடிந்ததும் வெவ்வேறு இடங்களில் பணியில் அமர்ந்தார்கள். பணிக்கர் – சென்னை, காலேஜ் ஆஃப் ஆர்ட்ஸில் டிஸைனராகவும் கோபால் கோஷ், கல்கத்தா காலேஜ் ஆஃப் ஆர்ட்ஸில் பெயிண்டிங் துறைப் பேராசிரியராகவும் வேலையில் சேர்ந்தார்கள்.

நானும் எனது படிப்பு முடிந்தபின் அதே கல்லூரியில்தான் வேலைக்குச் சேர்ந்தேன் என்பதை ஏற்கெனவே குறிப்பிட்டிருக் கிறேன். ஓவியத் துறையில் படிப்பை முடித்து அதே துறையில் ஆசிரியப் பொறுப்பேற்ற நான், பின்னாளில் சிற்பத் துறைக்கு ஆசிரியப் பொறுப்பேற்றது யாருமே எதிர்பாராதது.

நான் பொறுப்பேற்ற பின் சிற்பத் துறையில் ஏற்பட்ட மாறுதல்கள் தனிக் கிளைக் கதை.

~

சென்னை ஓவியக் கல்லூரியில் ராய் சவுத்ரி முதல்வராக இருந்தபோது சிற்பக்கலைத் துறை அத்தனை செழிப்போடு இருந்ததாகச் சொல்ல முடியாது. ராய் சவுத்ரியே ஒரு சிற்பியாக இருந்தபோதிலும் போர்ட்ரெய்ட், தலைவர்களின் ஆளுயர உருவச்சிலை போன்றவற்றைச் செய்வதில்தான் அவர் கவனம் கொண்டிருந்தாரே தவிர, உலகளாவிய அளவில் அன்று பரபரப்பாகப் பேசப்பட்டுக்கொண்டிருந்த படைப்பாற்றல் சிலைகள் *(Creative Sculpture - Contemporary)* மீது அவருடைய கவனம் செல்லவில்லை!

இதனால்தானோ என்னவோ அவருடைய காலகட்டத்தில் ஒரு 'மோல்டரை' (சிலை வடிப்புக்கு 'மாதிரி' எடுத்துக்கொடுத்து உதவுபவர்) சிற்பத் துறை ஆசிரியராக நியமித்தார். அந்த மோல்டர் வேறு யாருமல்ல. ராய் சவுத்ரி சிற்பங்கள் செய்ய உதவிய மோல்டரின் மகன்தான். கல்லூரியில் கடைநிலை ஊழியராகப் பணிபுரிந்துகொண்டிருந்த அந்த மோல்டரின் மகன் பரம்பரைப் பின்னணி காரணமாகத் திடீரென ஒருநாள் சிற்பத் துறை இன்சார்ஜாக நியமிக்கப்பட்ட வேடிக்கையும் நிகழ்ந்தது.

அந்தக் காலகட்டத்தில் நாங்கள் மாணவர்களாக இருந்தோம். சிற்பத் துறை முக்கிய சப்ஜெக்ட் இல்லையென்றாலும், ராய் சவுத்ரிக்கு உதவும் லிஸ்ட்டில் இருப்பவர்கள் என்பதால் எனக்கும் இன்னும் சில மாணவர்களுக்கும் மட்டும் சிற்பத் துறையில் சுதந்திரமாகப் போய் வர அனுமதியுண்டு.

அப்போது அந்த மோல்டர் சிலை செய்வதற்கான வெள்ளைக் களிமண்ணைக்கூட (white clay) ஒழுங்காக விநியோகம் செய்யாமல் இருப்பது கண்டு நாங்களெல்லாம் மனம் கொதித்திருக்கிறோம்.

ஒரு சாதாரண போர்ட்ரெய்ட் தலையைச் செய்வதற்கே பன்னிரண்டு பவுண்டு வெள்ளைக் களிமண் வேண்டியிருக்கும். ஆனால், அரசு நிதிப் பற்றாக்குறை காரணமாக உசத்தியான விலையில் இருந்த வெள்ளைக் களிமண் எங்களுக்கு மறுக்கப்படும்.

ராய் சவுத்ரி கல்லூரியில் இருந்து ஓய்வுபெற்றபோது இந்தச் சிற்பக்கலைத் துறை மோல்டரும் ஓய்வுபெற்றார்.

எனது நண்பர் பணிக்கர் முதல்வர் பதவிக்கு வர, சிற்பத் துறை பணிக்குச் சரியான நபரைத் தேர்ந்தெடுக்கும் வகையில் கடினமான தேர்வு ஒன்று நடந்தது.

அப்போது பழனியப்பன் என்றொரு அதிகாரி தொழில் துறைச் செயலராக இருந்தார். அவர் என்னை அழைத்து "உங்களுக்கு அரசாங்கத்தில் ஒரு கெஸட்டட் போஸ்ட் (அரசு அதிகாரி) வாங்கித் தருகிறேன். காலணிகள் செய்யும் துறைக்கு டிசைனராகப் போகிறீர்களா?" என்று கேட்டார்.

கல்லூரி சிற்பத்துறையை மாற்றியமைக்கும் எண்ணம் எனக்குள் அதிகமாய் வேரூன்றியிருந்ததால் நான் மறுத்துவிட்டேன்.

சிற்பத் துறை பதவிக்கான தேர்வு நடந்தது. என்னோடு ஐந்து பேர் பங்கேற்றார்கள். இவர்களில் அந்தப் பழைய மோல்டரின் மகனும் ஒருவர். வரைபடம் (Sketch), போர்ட்ரெய்ட், கம்பொசிஷன், மோல்டிங் எனப் பல்வேறு முறைகளிலும் டெஸ்ட் செய்தார்கள். கலை விமரிசகர் வெங்கடாசலம்தான் நடுவராக வந்திருந்தார். அனைத்துத் தேர்வுகளிலும் சிறப்பு மதிப்பெண் பெற்று நான் சிற்பத் துறை பொறுப்பை ஏற்றேன்.

நான் பொறுப்பேற்ற பிறகு,'வெள்ளைக் களிமண்ணுக்குத்தானே நிதியில்லை என்று சொன்னீர்கள்? குயவர்கள் உபயோகிக்கும் சாதா களிமண்ணைக் கொட்டுங்கள்' என்றேன்.

பிகாஸோ, மெத்தீஸ் போன்ற உலகப் புகழ்பெற்ற சிற்பிகளும்கூட வெறும் மனிதத் தலைகளைச் செய்திருக்கிறார்கள்.

ஆனாலும், அந்த *monumental* சிற்பங்களில் அவர்களது கைவண்ணம் வித்தியாசமாய்ப் பதிந்திருக்கும். எனவே மாணவர்கள் அதுபோன்ற புது பாணிகள் மற்றும் உத்திகளைக் கடைப்பிடிக்க வேண்டுமென வற்புறுத்தினேன். அதோடு நின்றுவிடாமல், படைப்பாற்றல் திறன்கொண்ட சிலைகளையும் அவர்கள் செய்ய வேண்டுமென நிர்ப்பந்தித்தேன்.

'வெறுமனே களிமண்ணில் சிலை செய்து நிறுத்துவதோடு மாணவர்களது கலை வடிவம் நின்றுவிடக்கூடாது... அவற்றை வெண்கலத்தில் காஸ்ட்டிங் செய்து பாதுகாக்கவேண்டும்!' என்று நான் அரசுக்கு எழுதி ஒப்புதல் வாங்கினேன். இதற்கென வெண்கல காஸ்ட்டிங்கிலும், மாதிரிப் படிவ மோல்டிங் எடுப்பதிலும் நிபுணராக விளங்கிக்கொண்டிருந்த பூஷணம் என்பவர் ஸ்பெஷலாகத் துறையில் நியமிக்கப்பட்டார்.

அதுமட்டுமின்றி, கம்பிகளிலும் மாணவர்கள் சிற்பக்கலை முத்திரையைப் பதிக்க ஒரு வெல்டரையும் துறைக்கெனக் கேட்டுப் பெற்றேன். இந்த வெல்டர் பின்னாளில் எனது ஓய்வுக்குப் பிறகு கல்லூரியின் அட்டெண்டர் பணிக்கு மாற்றப்பட்டார் என்பது வருத்தத்துக்குரிய விஷயம்.

தவிர, கல்லூரியின் எல்லாத் துறைக்கும் அந்தக் காலத்தில் ஒரு அட்டெண்ட்டரைத்தான் தருவார்கள். "நான் களிமண் மிதிக்க ஆட்படை வேண்டும். எனவே இன்னொரு அட்டெண்டர் தாருங்கள்" என்றேன். பெற்றேன்.

மேற்கண்ட அனைத்துச் சீரமைப்புகளையும் அந்தத் துறை யில் நான் செய்ய எனக்கு உறுதுணையாக இருந்தார் நண்பரும் கல்லூரி முதல்வர் பொறுப்பில் இருந்தவருமான பணிக்கர்.

நான் துறைப் பொறுப்பை ஏற்றபோது மூன்றே மாணவர்கள்தான் அங்கே படித்துக்கொண்டிருந்தார்கள். பிறகு துறைக்குள் நிலைமைகள் சீரடைந்து, வசதிகள் பெருகி, பல விஷயங்களையும் கற்க வாய்ப்புகளும் உருவாக அதிக அளவில் மாணவர்கள் சேரத் தொடங்கினார்கள்.

~

ராய் சவுத்ரி காலத்தில் ப்ளாஸ்டர் ஆஃப் பாரீஸோடு சிலைவடிப்பு வேலை கல்லூரியில் நின்றுவிடும். தனிப்பட்ட முறையில் தான் ஏற்கும் சிற்ப வேலைகளையும் வெண்கலத்தில்

வடிக்க இத்தாலி போன்ற ஏதாவது நாட்டுக்குத்தான் அனுப்பிவைப்பார் ராய் சவுத்ரி.

அப்படியொருமுறை ப்ளாஸ்டர் ஆஃப் பாரீஸில் அவர் இத்தாலிக்கு அனுப்பிய அன்னி பெசன்ட் சிலை, பளிங்குக் கல்லால் 'ஜெராக்ஸ்' மாதிரி கச்சிதமாய்ச் செதுக்கப்பட்டுத் திரும்பியது. இன்றும் அந்த அழகிய அற்புதக் கலைவண்ணம் சென்னை அடையாறு தியாசாஃபிகல் சொஸைட்டியில் உள்ளது.

கானாயி குஞ்ஞிராமன், பூல்சந்த் பைன், ரேணு தத்தா, ஜப்பானிய தடானி, ராணி பூவைய்யா, வித்யாசங்கர், பி.வி. ஜானகிராமன் என்றபடி பின்னாளில் புகழ்பெற்ற பல சிற்பிகளும் சென்னைக் கல்லூரிச் சிற்பத் துறை பொறுப்பில் நான் இருந்தபோது படித்தவர்களே.

கல்லூரியின் கடைசி விஷயமாகப் பேசப்பட்டு வந்த சிற்பத் துறை, இந்த மாணவர்களின் ஆர்வத்தால் பலரும் இதன்பால் ஆச்சரியப் பார்வையைச் செலுத்தும் அளவுக்கு ஆளானது.

பணிக்கரும் நானும் கல்லூரியில் ஆசிரியர்களாக அடியெடுத்துவைத்திருந்த நேரம். அந்தக் காலகட்டத்தில் நான் சிலை செய்யும் வேலைகளை வீட்டில் மட்டுமே செய்துவந்தேன். ஓய்வு நேரங்களிலும் விடுமுறை நாட்களிலும் பணிக்கர் என் வீட்டுக்கு வந்து என்னோடு உட்கார்ந்து விடுவார். நான் செய்த சிற்பங்களிலேயே ஔவையார் சிலைதான் அவருக்கு ரொம்பவும் பிடித்தமானது. அவர் லண்டனுக்குப் போயிருந்தபோது அங்கிருந்து ஒரு கடிதம் எழுதினர்.

'தனபால், இங்கே மைக்கேல் ஆஞ்சலோவின் மோசஸ் போன்று பல்வேறு உலகப் புகழ்பெற்ற சிற்பங்களைப் பார்க்க நேர்ந்தது. எல்லாவற்றையும் சிறப்பான முறையில் பாதுகாத்து வருகிறார்கள். அவற்றைப் பார்க்கும்போது சட்டென்று ஒருவித வியப்பு உள்ளுக்குள் கவிகிறது. இருந்தாலும், ஆழ்மனதைக் கலக்கும்படியான நம் ஊர் சிற்பங்கள் மாதிரி அவற்றில் தேர்ச்சி யில்லை, தனபால். உணர்வுப்பூர்வமாக நாம் நெகிழ்ந்து போகிற சந்தர்ப்பங்களை நம் ஊர்ச் சிற்பங்கள்தான் அதிகம் தரமுடியு மென்று எனக்குத் தோன்றுகிறது!' என்றது அந்தக் கடிதம்.

பணிக்கர் அந்தக் கடிதத்தில் சொன்னது போல் இந்தியக் கலைச்சிற்பங்கள் ஒப்புயர்வற்றவைதான். இருப்பினும், நம் நாட்டு வீதிகளில் வைக்கப்பட்டுள்ள சிலைகள் அப்படித்தானா என்று கேட்டால் வாயிலும் வயிற்றிலும் அடித்துக்கொள்ளத் தோன்றுகிறது.

மவுண்ட் ரோட்டில் ஒரு சமீபத்திய தலைவரின் சிலை. ஏதோ நவராத்திரி காலத்தில் வைக்கப்படும் கொலுபொம்மை போன்று துளியும் ரசனையோ கலைத்திறனோ இன்றி செய்யப் பட்டு நிறுத்திவைக்கப்பட்டிருக்கிறது. நம்மூர் அரசியல்வாதி களுக்கு நல்ல சிற்பக் கலைஞர்களைத் தேடிப்போய்ப் பணிகளை ஒப்படைப்பதுகூட முடியாத காரியம். அவர்களைப் பொறுத்த வரையில் மறைந்த தலைவருக்கு அஞ்சலி செலுத்துவதுகூடக் கடமையுணர்ச்சியின்பாற்பட்டதுதான். அதை மீறிய பாசமோ, பக்தியோ அந்தத் தலைவர் மீது இருந்திருந்தால் நிச்சயம் இப்படியொரு கேவலமான முறையில் சிலை அமைத்து அவரைச் சிறுமைப்படுத்தியிருக்கமாட்டார்கள்.

மவுண்ட் ரோடுதான் என்றில்லை. நான் அண்மையில் காஞ்சிபுரம் வரை போக நேர்ந்தது. வழியெங்கும் நான் பார்த்த பல்வேறு தலைவர்களின் சிலைகளும் என்னுள் கண்ணீரையே வரவழைத்தன. அந்த அளவுக்கு இந்தியக் கலைத்திறனுக்கும் தலைவர்களின் புகழுக்கும் களங்கம் விளைவிக்கக்கூடியவை அவை.

இதையெல்லாம் நம் ஊருக்குச் சுற்றுலா வரும் வெளிநாட்டுப் பயணிகள் பார்க்க நேருகிறபோது நம்மூர் கலைத்திறன் பற்றி அவர்கள் எந்த அளவுக்குக் கீழான மதிப்பை வளர்த்துக் கொள்வார்கள் என்பதுதான் என் மனக்கவலை.

சிலைவடிப்பு, சிற்பவேலை போன்றவை கலைத்துறையைச் சார்ந்தவையே அன்றி, கைவினைத்துறையைச் சார்ந்தனவல்ல. ஆனால், இன்று ஏதோ கைவினைப்பொருள் செய்வது மாதிரி யார் வேண்டுமானாலும் சில பல புராதனச் சிற்பங்களைத் திரும்பத் திரும்பக் கச்சிதமாய் பொம்மை வடிப்பு மாதிரி செய்து ‘சிற்பி’ என்று பெயர் பெற ஆசைப்படுகிறார்கள். அப்படிப் பார்த்தால், பிள்ளையார் சதுர்த்தி சமயத்தில் கையில் உள்ள அச்சுக்கேற்பப் பிள்ளையாரைக் களிமண்ணில் பிடித்து வைப்பவரைக்கூட நாம் சிற்பி என்று சொல்ல வேண்டிவரும்.

அந்த அடிமட்டமான நிலைமை நமக்குத் தேவைதானா?

~

நான் சின்னப் பையனாக இருந்தபோது எனக்குத் தெரிந்த சென்னை மயிலை கபாலி கோயில் வேறு, இப்போதிருப்பது வேறு.

அந்தக் காலத்தில் கோயில் குளத்தைச் சுற்றிலும் தென்னை மரங்கள் இருக்கும். குளத்திலும் உபயோகப்படுத்தக்கூடிய நல்ல நீர் இருக்கும்... அந்தப் பக்கம் போனாலே குட்டி மெரீனா கடற்கரைக்குப் போவது போல் இருக்கும். ஆனால், இன்று? கோயில் சுவரை ஒட்டியே கழிவறை கட்டுகிறார்கள். செருப்பு ஸ்டாண்ட் வைக்கிறார்கள். கோயிலுக்குச் சொந்தமாக அதே ரோட்டில் பல வீடுகள் உள்ளன. அதில் ஒரு வீட்டைப் பிடித்து இதற்கெல்லாம் உபயோகப்படுத்தினால் என்ன என்பதே என் கேள்வி!

அடுத்தாற்போல் கோயில் கோபுரங்களைத் தாங்கும் துவாரபாலகர்கள். அந்தக் காலத்தில் இந்தத் துவாரபாலகர் சிலைகளைப் பார்க்கும் போதே ஒருவித மரியாதை வரும். அப்படியொரு கம்பீரமும் பலமும் அந்தச் சிற்ப வடிவமைப்பில் தெரியும். ஆனால், இன்றோ, அந்தத் துவாரபாலகர்களின் மார்புக்குக் குறுக்கே பட்டை போடப்பட்டு ஏதோ ஆபீஸ் வாசலில் நிற்கும் செக்யூரிட்டிகள் மாதிரி காட்சியளிக்கிறார்கள். இது பார்க்க ரொம்பப் பரிதாபமாக இருக்கிறது. புதுமைகள் செய்யவேண்டியதுதான், வேண்டாம் என்று சொல்லவில்லை. அதற்காக இப்படிப் பெருமையான தொன்மைகளை அழித்துக் கேலி செய்யவேண்டுமா?

கோயில் நிலைப்படிகளைத் தாண்டி சந்நிதிக்குள் நுழையும்போது அந்தக் கற்பகாம்பாள் மட்டுமே நம் மனதில் நிலைக்க வேண்டும் என்பதற்காகத்தான் கர்ப்பக்கிரகத்தைச் சுற்றியுள்ள உட்பிரகாரத்தை மெல்லிய இருட்டில், ஓங்காரச் சூழலில் அமைத்திருப்பார்கள். ஆனால் இன்று அந்த அமைதி கெட்டுவிட்டது. புறத்தே எங்கு பார்த்தாலும் காமாட்சி, மீனாட்சி, விசாலாட்சி என்று பல்வேறு படங்களைச் சித்திரமாக வரைந்திருக்கிறார்கள். குறைந்தபட்சம் அந்தச் சித்திரங்களில் தெய்வீகத்தன்மையானது தெரிகிறதா என்று பார்த்தால் சுத்தமாக இல்லை. இதை அனுமதித்த கோயில் நிர்வாகிகள் இது குறித்துக் கொஞ்சமாவது சிந்தித்திருக்க வேண்டும். இப்படிப்பட்ட படங்களை வைத்தே தீருவது என்பது தீர்மானமான முடிவு என்றால் கோயில் வீடுகளில் ஏதாவது ஒன்றை 'காலரியாக' ஆக்கி அதில் வைத்திருக்கலாமே?

ஒரு நிமிடம்! கோயில்களின் உட்பிரகாரத்தில் அந்தந்தப் புண்ணியத் தலத்தைப் பற்றிய கதைகளை எழுதியோ, வரைந்தோ வைப்பது தவறு என்று நான் சொல்ல முற்படவில்லை.

அப்படியிருப்பின் அவை அஜந்தா, எல்லோரா மாதிரி தெரிந்தும் தெரியாமலும் இருக்கவேண்டும் என்றுதான் சொல்ல வருகிறேன். ஆர்வமிக்கவர்கள் மட்டும் கிட்டே போய் ஆழ்ந்து நோக்கிக் கதைகளைப் புரிந்துகொள்ளும்படி அங்கே ஓவியக்கலை பொக்கிஷமாகப் புதைந்திருக்க வேண்டும். இப்படி நம் கண்ணை உறுத்தக்கூடாது.

நமது ஓவியம், சிற்பம் போன்றவற்றின் வரலாற்றுச் சான்றுகளைச் சொல்வதேகூட இதுபோன்ற கோயில்கள், நினைவுமண்டபங்கள்தான்! எனவே இதில் கண்டபடி எதை வேண்டுமானாலும் செய்ய அனுமதித்துவிடுவதை என்னால் ஜீரணிக்க முடிவதில்லை.

நினைவு மண்டபங்களை எடுத்துக்கொண்டால், காங்கிரஸ் ஆட்சிக் காலத்தில் இங்கே காந்திக்குக் கட்டப்பட்ட மண்டபம்கூடச் சரியாக வடிவமைக்கப்படவில்லை என்றுதான் சொல்லவேண்டும். காந்தி மண்டபத்தினுள் செல்லும்போது ஏதோ பஜனை மண்டபம் மாதிரிதான் இருக்கிறது. மத ஒற்றுமையை வலியுறுத்திய மகானுக்கு இப்படி ஒரு குறிப்பிட்ட மதத்தின் சாயலிலா நினைவு மண்டபம் அமைப்பது? சரி, அதை விடுவோம்! தற்போது அண்ணா, எம்.ஜி.ஆருக்கெல்லாம் வடிவமைத்த சமாதிகளிலாவது இன்றைய உலகின் எக்ஸ்பிரஷன் தெரிகிறதா என்று பார்க்கிறேன். அவற்றில் கலைத்திறனை ரொம்ப நுணுக்கமாகத் தேட வேண்டியிருக்கிறது. காரணம், அரசியல் மாற்றங்களையும் அதன் செல்வாக்கையும்தான் அவை அதிகம் பிரஸ்தாபித்துக்கொண்டிருக்கின்றன.

இன்றைய இந்தியாவில் கலைகளின் வாசலாய் பிரமிப்பாய்த் திகழக்கூடிய ஒரே நினைவுமண்டபம் தாஜ்மஹால்தான். தன் ஆருயிர்க் காதல் மனைவிக்கு அந்த மொகலாய வேந்தன் மண்டபம் எழுப்பியபோது அதில் அவனுடைய கலாரசனை தெரிந்தது. அதை உருவாக்க முதுகு வளைத்தவர்களின் கலைத்திறன் தெரிந்தது. அந்த மன்னன் காண்ட்ராக்ட்டில் விட்டுவிட்டு 'அல்லாஹ்' என்று மூலையில் ஒதுங்கி நின்றுவிடவில்லை. மாறாக, அந்த மண்டபத்தில் ஒவ்வொரு கல் அமைந்தபோதும் அதில் அவன் பார்வை ஊடுருவியிருந்தது. அதே சமயம், இன்றைய அரசியல்வாதிகளுக்கு இதற்கெல்லாம் நேரமில்லை. வேகமான உலகில் பரபரப்பான சம்பவங்கள் ஆயிரம் நடக்கும்போது இந்த மண்டபங்கள் எழும்புவதைப் பார்ப்பதுதானா அவர்கள் வேலை? நியாயமான கேள்விதான்! நான் ஒப்புக்கொள்கிறேன்.

ஆனால், தலைவர்களே, உங்கள் அளவுக்குச் சுழன்றுகொண் டிருக்காத ஆசாமிகளை இந்தப் பணிக்கென நீங்கள் நியமித்தால் என்ன? குறைந்தா போய்விடுவீர்கள்? இதுதான் என் கேள்வி.

நினைவு மண்டபமோ, சமாதியோ, சாதித்தவர்களின் கல்லறை மீது எதை நீங்கள் எழுப்ப நினைத்தாலும் அதற்கென்று ஒரு ஸ்பெஷல் கமிட்டியைப் போடலாமே. ஓவியர், சிற்பி, எழுத்தாளர், இசை வல்லுநர் என்று பல்வேறு கலையுலகப் பிரதிநிதிகளையும் அந்தக் கமிட்டியில் உறுப்பினர்களாகப் போட்டு, அவர்களது மூளைத் திறனையும் உபயோகிக்கலாமே. இப்படியெல்லாம் தொலைநோக்குப் பார்வையோடு செயல்பட்டால்தான், நீங்கள் அமைக்கும் மண்டபங்களும் சமாதிகளும் உலகக்கலை அரங்கில் இடம்பிடிக்கும். இல்லையென்றால், 'இந்த ஆடிக் காற்றுக்கு இடிந்து விழுந்துவிடாது' என்கிற உத்தரவாதம் மட்டும்தான் உங்களுக்கு இருக்கும்.

~

அண்மையில் நான் உட்பட ஆறு சிற்பிகள் சேர்ந்து தில்லி லலித் கலா அகாடமியில் கண்காட்சி ஒன்று வைத்திருந்தோம். கண்காட்சியைப் பார்த்துப் பாராட்டியவர்களில் பழம்பெரும் ஓவியர் பி.சி. சன்யாலும் ஒருவர். இந்தக் கண்காட்சிக்கு ஏற்பாடு செய்தவர் நந்தகோபால். இவர் எனது நண்பர் பணிக்கரின் மகன். இவர், கல்லூரியில் சிற்பக்கலை படிக்காத, ஆனால் சிறப்பான முறையில் சிலை வடிக்கத் தெரிந்த சிற்பி!

நந்தகோபாலின் தந்தை பணிக்கரோடு மட்டுமின்றி நான் தனியாகவும் வெளிநாட்டுப் பயணம் ஒன்றை மேற்கொண் டிருக்கிறேன். தில்லி லலித் கலா அகாடமிதான் அந்த வெளிநாட்டு ட்ரிப்புக்கு என்னைத் தேர்ந்தெடுத்தது. அந்தப் பயணம் மேற்கொள்வதற்கு முன்பு குறைந்த அவகாசமே இருந்ததால் நான் அவசர அவசரமாக பாஸ்போர்ட், விசா போன்றவற்றுக்கு ஏற்பாடு செய்ய வேண்டியிருந்தது.

முதல்படியாய், இங்கே அப்போது தலைமைச் செயலராக இருந்த சபாநாயகத்தைச் சந்தித்து, நான் வெளிநாடு செல்லத் தடை எதுவும் அற்ற அரசாணை ஒன்றைப் பெற்றுக்கொண்டேன்.

அரசு உத்தரவோடு நான் தில்லி பாஸ்போர்ட் அலுவலகத்துக்கு விரைந்தேன். "உங்கள் பாஸ்போர்ட்டை

நேற்றுதான் தபாலில் சென்னைக்கு அனுப்பிவைத்தோம்” என்றார்கள்.

சென்னையில் வீட்டினரைத் தொடர்புகொள்ள, “இப்போதுதான் ஐந்து நிமிடங்களுக்கு முன்பு தில்லிக்கு போஸ்ட் செய்தோம்” என்றார்கள். கடைசியில், சென்னைத் தபால் நிலையத்தில் பேசி, பாஸ்போர்ட் தபாலை என் வீட்டினர் வாபஸ் பெற்றுக்கொள்ள நான் விமானத்தில் சென்னைக்கு வந்து, விமானநிலையத்தில் வைத்தே பாஸ்போர்ட்டை வாங்கிக்கொண்டு வெளிநாட்டுக்குப் பறந்தேன்.

ரோமுக்குச் சென்றபோது அங்கிருந்த ‘மொஸெய்க்’குகள் என்னைப் பிரமிப்பில் ஆழ்த்தின. மொஸெய்க் என்பது ஒரு சதுர அடிக்குள்ளான இடத்தில் லேண்ட்ஸ்கேப் பாணியில் மிகச் சிறிய அளவிலான வண்ணக் கற்களால் (அல்லது தகடுகளால்) உருவாக்கப்பட்டிருக்கும் சித்திரம். அதைப் பார்க்கும்போது அத்தனை குட்டியூண்டு இடத்தில் இத்தனை இயற்கை வளத்தையும் எப்படி அடக்கினார்கள் என்கிற கேள்வி நமக்குள் விஸ்வரூபமெடுக்கும். இங்கும்கூட நெல்மணியில் சித்திரம் வரைகிறார்கள். ஆனாலும், அந்த ‘மொஸெய்க்’ நுணுக்கத்துக்கு எதுவுமே ஈடாகாது என்று தோன்றும்.

அங்கிருந்து பாரீஸுக்குப் போனபோது மியூசியங்கள், காலரிகள் மட்டுமின்றி, வெறுமனே பூங்காக்களிலும்கூடக் கலை அடையாளங்கள் நிறுத்திவைக்கப்பட்டிருப்பதைக் கண்டு ஆச்சரியப்பட்டிருக்கிறேன். பாரீஸில் என்னை மகிழ்ச்சியில் ஆழ்த்திய இன்னொரு அம்சம்–உலகப் புகழ்பெற்ற பிகாஸோவின் ஓவியங்கள். சூரியனின் நேரடி ஒளி படும்படி அமைக்கப்பட்டிருக்கும் அந்த ஸ்டூடியோக்களில் பழங்கால ஓவியங்களைப் பாதுகாத்து வைத்திருக்கும் விதமே தனியழகு. பசி, தூக்கம் ஏதுமின்றிப் பித்துப் பிடித்தாற்போல் இந்த இடங்களில் நான் மணிக்கணக்காய்ச் சுற்றியிருக்கிறேன்.

ஒருமுறை. இருட்டுகிற சமயத்தில் நான் பாரீஸில் நடந்துகொண்டிருந்தபோது ஒரு பெயர்ப் பலகையைப் பார்க்க நேர்ந்தது! அதில் ‘ரோதான் ரூட்’ என்று எழுதப்பட்டிருந்தது.

உலகப் புகழ்பெற்ற சிற்பி ரோதானையும் அவர் உருவாக்கிய ‘சிந்தனையாளர்’ *(Thinker)* சிலையையும் அறியாதவர்கள் இருக்க முடியாது. அதைப் பார்க்கப்போகிறோம் என்கிற பரபரப்பு என்னுள் அன்று உருவாக்கிய சந்தோஷக் குமிழிகளை அவ்வளவு லேசாக எண்ணிக்கையில் அடக்கிவிட முடியாது.

பொழுது சாய்ந்துவிட்ட காரணத்தால் நான் அன்று எனது வேகத்தையும் தாகத்தையும் அடக்கிக்கொள்ள வேண்டியதாயிற்று, மறுநாள், நான் அந்த ரோதான் மியூஸியத்துக்குள் நுழைய, ஒன்றரை ஆள் உயரத்தில் என்முன்னே அந்தச் ‘சிந்தனையாளர்’ சிலை. என் கண்களிலிருந்து என்னையும் அறியாமல் நீர் வழிந்தோட, நான் மெய்சிலிர்த்து நின்றது நிஜம்.

இந்த வெளிநாட்டுப் பயணத்தில்தான் நான் ஐரோப்பிய ஒரிஜினல் வீனஸ் சிலைகளையும் பார்க்க நேர்ந்தது. தவிர, இங்குள்ள மியூஸியங்களில் – நம் ஊரின் பழங்காலப் பாட்டிகள் அணியும் காதுக் கம்மல்கள் போன்றவற்றையும் நான் பார்க்க நேர்ந்தது (எந்தப் படையெடுப்பின்போது நாம் இழந்தவையோ..?)

யூகோஸ்லேவியாவில் பயணம் செய்துகொண்டிருந்தபோது ஒரு கிராமத்தில் நின்றது, நான் போய்க்கொண்டிருந்த பஸ். அந்தக் கிராமத்தில் மக்காச்சோளத்தின் காய்ந்த ஓலைகளைக் கொண்டே பொம்மைகளை வடிவமைத்து விற்றுக்கொண் டிருந்தார்கள். நான் சொற்பக் காசு கொடுத்து வாங்கிய அம்மா – குழந்தை பொம்மையில், சோளத்தின் காய்ந்த ஓலைகளே அவர்கள் உடையாயிருக்க... பிரவுன் நிறத்தினால் ஆன நார்கள் தலைமுடியாகியிருந்தன. வீண் என்று நாம் தூர எறியும் பொருள்களிலும் அவர்களால் இத்தனை நேர்த்தியான கலைப்படைப்பை உருவாக்க முடிந்திருக்கிறதே என்று எனக்குச் சற்றுப் பொறாமையாகக்கூட இருந்தது.

பாரீஸ் மியூஸியம் ஒன்றின் கலைப்படைப்புகளை நான் பார்வையிட்டுக்கொண்டிருந்த நேரம் திடீரென்று படு பயங்கரமான சத்தம் ஒன்று என் செவிப்பறையைத் தாக்கியது. அந்த விநோதமான அமானுஷ்ய அலறலில் திடுக்கிட்டது நான் மட்டுமல்ல, என்னைப் போன்றே அங்கிருந்த மற்ற விசிட்டர்களையும் அது தூக்கிவாரிப் போடச் செய்ய, சத்தம் வந்த திசையை நோக்கி நாங்கள் ஓடினோம்.

~

பாரீஸில் அந்த மியூஸியம், அலறல் கேட்ட அறையில் கொலையோ, கொள்ளையோ, பலாத்காரமோ நடக்கவில்லை. ஆள் அரவமற்று இருந்த அந்த அறையில் முப்பரிமாண ஓவியங்கள் நிறைந்திருந்தன. அந்த ஓவியங்கள் நமது

விட்டலாச்சார்யா படங்களில் வருவது மாதிரியான பேய் பங்களாக்களைப் படம்பிடித்துக் காட்டின. அந்தப் பிராந்தியம் மொத்தமும் இருட்டாய், ஆள் அரவமற்று இருக்கிற தொனியை ஓவியம் கொடுத்தது. ஓவியத்தினூடே பொதித்துவைத்திருந்த ஸ்பீக்கர்கள்தான் அப்படி அமானுஷ்யமாய் அலறியிருக்கின்றன. ஆர்வம் ததும்ப விசாரித்தேன்.

“வேறொன்றுமில்லை. இது ஒரு பேய் பிசாசு கிராமம். இங்கே மோட்டார் பைக்கில் சென்ற ஒருவன் அநியாயமாய்க் கொல்லப்பட்டுத் தூக்கிலிடப்பட்டிருந்தான். இதுபற்றி எங்கள் ஊர்ப் பத்திரிகைகளில் பத்தி பத்தியாய்ச் செய்தி வந்தது. துணிச்சல் மிக்க ஓவியர் ஒருவர் அந்தப் பேய் கிராமத்துக்குத் தன் பெயிண்ட்டிங் சாதனங்களோடு பயணப்பட்டார். துப்பறியும் நாவல் எழுதும் கதாசிரியர் மாதிரி தன்னை நினைத்துக்கொண்டார் போலும்! அங்கேயே தங்கி சுற்றுப்புறம் மொத்தத்தையும் தன் கையால் ஸ்கெட்ச் செய்துகொண்டார். இடையிடையே கேட்ட அமானுஷ்ய அலறலையும் டேப்ரிக்கார்டரில் பதிவுசெய்தார். மீண்டும் ஊர் திரும்பியபோது, தான் பார்த்த காட்சிகளைத் தத்ரூபமாய்த் தாளில் விரிவாய் வரைந்துவிட்டார். கூடவே, அந்த அலறலும் இருந்தால்தானே படத்துக்கு எஃபெக்ட் இருக்கும். அதையும் சவுண்ட் டிராக்கில் ஸ்பெஷல் எஃபெக்ட்ஸ் கொடுத்துப் பதிவுசெய்து இந்த ஓவியங்களுக்குப் பின்னணியாக வைத்திருக்கிறோம். மியூஸியத்தில் இந்தக் குறிப்பிட்ட ஓவியம் அதன் பின்னணியோடு அமைக்கப்பட்டிருப்பது குறித்துப் பாராட்டாதவர்களே இல்லை?” என்று என்னிடம் சொன்னார் அந்த மியூஸிய ஊழியர் ஒருவர்.

எனக்கு ஆச்சரியமாயிற்று.

கலையின் மகத்துவம் பற்றி அதிகம் உணர்ந்த ரசிகர்கள் உடைய அந்த நாட்டிலும் இதுபோன்ற மசாலா டெக்னிக்குகளை அவர்கள் புகுத்தியிருப்பது ஒருவகையில் ரசிகர்களிடையே சுவாரஸ்யம் கூட்டும் முயற்சிதான் என்று எனக்குப் பட்டது. இது எப்படியென்றால், கே. விஸ்வநாத் எடுத்த ‘சங்கராபரணம்’ படம் மாதிரி, கர்னாடக சங்கீதத்தை அப்படியே கொடுத்தாலும் ரசிக்க முடியும்தான். என்றாலும் சோமயாஜுலு ரூபத்தில் எஸ்.பி.பி. குரல் கொடுத்தபோது அந்தக் கர்னாடக சங்கீதம் இந்தியாவின் பட்டி தொட்டிகளிலெல்லாம் கேட்டது. அதுபோல் பிரமாதமான விஷயங்களை மேலும் பின்னணி சேர்த்துக் கொடுக்கும்போது அவற்றுக்குப் பரபரப்பும் புகழும் கூடிவிடுவது உண்மை.

சென்னை மெரீனா பீச் ஓரமாய் நிற்கும் சிலைகள் ஒரு உலகத் தமிழ் மாநாட்டின்போது அவசர அவசரமாய் முடிவு செய்து நிறுத்தப்பட்டவை. அப்போது தி.மு.க. ஆட்சிக்காலம்! நாட்டின் பல சிற்பிகளிடத்தும் ஏதேனும் ஒரு தலைவர் சிலையைச் செய்யச் சென்னை மாநகராட்சி ஆர்டர் கொடுத்தது. எனக்கும் ஒரு சிலை செய்ய ஆர்டர் கிடைத்தது.

ஆர்டர் கிடைக்கப் பெற்றதுமே நான் கிடுகிடுவென்று காரியத்தில் இறங்கிவிட்டேன். பிரமாண்டமாய் ஒன்றரை ஆள் உயரத்தில் என் வீட்டின் பின்புறத்தில் அந்தச் சிலை களிமண் மாடல் அளவுக்கு உருவாகிவிட்டது. இந்த நிலையில், திடீரென்று ஆர்டர் ரத்து செய்யப்பட்டதாகக் கார்ப்பரேஷனிலிருந்து தகவல் வந்தது. இதைக் கேட்ட நான் திடுக்கிட்டேன். என் தரப்பில் எந்தவிதக் குறையும் இல்லையென்றாலும் ரத்துக்குப் பின்னணியில் ஏதோ அரசியல் காரணம் இருப்பதை நான் புரிந்துகொண்டேன்.

இந்தச் சிலை வடிப்புக்காக நான் கார்ப்பரேஷனிடம் டெபாசிட் தொகையாக இரண்டாயிரம் ரூபாய் கட்டியிருந்தேன். இந்தத் தொகையைத் திரும்பப் பெற பல வருடங்கள் ஆயின.

மெரீனாவில் வைக்கப்பட்ட சிலைகளில் ஒரு சிலை மட்டும் குறிப்பிட்ட டயத்துக்குள் செய்து முடிக்கப்படவில்லை... அது வீரமாமுனிவர் சிலை. அந்தச் சிலையை வடித்துவரும் சிற்பி, சிலையை முடித்துத் தராமல் ஏகப்பட்ட தாமதம் செய்கிறார் என்று சொல்லி, சம்பந்தப்பட்ட சிற்பியை போலீஸ் கமிஷனர் அலுவலகத்துக்கே அழைத்துச் சென்றுவிட்டார்கள்.

அரசுத் தரப்பிலிருந்து என்னையும் கமிஷனர் அலுவலகத்துக்கு வரும்படி அழைப்பு வந்தது. வேறொன்றுமில்லை. போலீஸாரின் டெக்னிக்கல் விசாரணையாக முடிந்துவிடாமலிருக்கவே என்னையும் அழைத்திருந்தார்கள். சம்பந்தப்பட்ட சிற்பி எனக்கு நன்கு அறிமுகமானவர். அவரைப் போலீஸ் சார்பாக விசாரிக்க நான் ரொம்பவும் சங்கடப்பட்டேன்.

இருப்பினும், அந்தச் சிற்பியிடம் போய் மிகவும் தாழ்ந்த குரலில், "இந்தச் சிலையை வடிக்க எத்தனை ஆயிரம் ரூபாயை அரசு ஒதுக்கியது?" என்று கேட்டேன்.

அதற்கு அந்தச் சிற்பி சொன்ன பதிலில் எனக்கு மயக்கமே வந்துவிட்டது.

~

மெரீனா பீச்சில் அமைக்கப்படவிருந்த அந்தச் சிலையைச் செய்வதற்குச் சம்பந்தப்பட்ட சிற்பியுடன் ரொம்ப ரொம்பக் குறைந்த தொகைக்கு ஒப்பந்தம் போடப்பட்டிருந்தது. இதுவே என் தலைசுற்றலுக்குக் காரணம்.

குறைந்தபட்சம் அந்தச் சிலையைச் செய்ய நாற்பதாயிரம் ரூபாயாவது ஆகுமென்றால், கிட்டத்தட்ட மூன்றில் ஒரு பகுதி தொகைதான் ஒப்பந்தத்தில் இருந்தது. உண்மையில் அந்த விலைக்குச் சிலையை அதற்கான நிபந்தனைகளின்படி செய்யவே முடியாது. பல வருடங்களுக்குத் தாக்குப்பிடிக்கிற வகையில் சிலையின் சாராம்சம் இருக்க வாய்ப்பில்லை!

இதையெல்லாம் நன்கு அறிந்தவன் என்பதால், 'இந்தச் சிலையை நீ செய்ய ஒப்புக்கொண்டிருக்கவே கூடாது!' என்றேன் போலீஸாரின் பிடியில் இருந்த அந்தச் சிற்பியிடம்.

அவர் தலைகுனிந்து நின்றிருந்தார். பிறகு, லேசாய்க் கண்கலங்க என்னைப் பார்த்து, "இந்தச் சிலை வடிப்பு வேலையை முடிக்க வேண்டுமானால் நான் என் கையிலிருந்துதான் பணம் போட்டாக வேண்டும். தற்போது அத்தனை பணம் என்னிடத்தில் இல்லை... அதனால்தான் வேலை தாமதப்பட்டுவிட்டது. பிரச்னை போலீஸ் ஸ்டேஷன் வரை வந்து என் மானம் போகுமென்று நான் நினைக்கவில்லை, எப்படியாவது சீக்கிரம் சிலையை முடித்துக் கொடுத்துவிடுகிறேன்... நீங்கள்தான் போலீஸிடம் சொல்ல வேண்டும்" என்றார்.

போலீஸார், "எத்தனை நாளில் முடிப்பீர்கள்?" என்று கறாராய்க் கேட்க, அந்தச் சிற்பியும் "பத்தே நாட்களில்" என்றார்.

எனக்கு ஆச்சரியமாயிற்று. நிஜமான தரத்தோடு சிலையைச் செய்ய வேண்டுமாயின் பத்து நாட்களில் முடிப்பதெல்லாம் சாத்தியமில்லை என்று எனக்குத்தானே தெரியும்.

"வேண்டாம்... அவருக்கு ஒரு மாதம் டயம் கொடுங்கள்" என்றேன் நான் போலீஸாரிடம்.

போலீஸாரோ, "அவரே பத்து நாட்களில் முடிக்கிறேன் என்று சொல்லும்போது கூடுதலாக எதற்கு டயம் தரவேண்டும்? எல்லாம் ராப்பகலாக உழைத்துச் சீக்கிரம் தரட்டும்" என்றார்கள் பொத்தாம் பொதுவாக!

நான் வேறுவழியின்றிச் சும்மாயிருந்தேன். பத்து நாட்களில் சிலைப்பணி முடிந்தது. போலீஸார் மறுபடி என்னைக்

ஒரு சிற்பியின் சுயசரிதை

கூப்பிட்டனுப்பினார்கள்... இந்த முறை, சிலையின் தரத்தை டெஸ்ட் செய்யும்பொருட்டு நான் அழைக்கப்பட்டிருந்தேன்.

சிலை, ஒப்பந்தத்தில் போடப்பட்டிருந்த பணத்துக்கான தரத்தில் இருந்தது உண்மை. ஆனாலும், சாதாரணமாக இருக்க வேண்டிய தரத்தில் இல்லை. எதுவும் பேசாமல், சிலை தரத்துடன் இருப்பதாகச் சான்றிதழ் அளித்துவிட்டு வெளிநடந்தேன்.

இந்தச் சம்பவத்தை நான் எதற்காக மெனக்கெட்டு இப்போது குறிப்பிட வேண்டும் என்று சிலருக்குத் தோன்றலாம். ஆனால், இதை நான் குறிப்பிடுவதில் அர்த்தம் இருக்கிறது. தரமான சிலை செய்ய எத்தனை செலவாகும் என்கிற அடிப்படை விஷயம்கூடத் தெரியாமல் வெண்கலச் சிலை வடிப்பு நடக்க முடிந்திருக்கிறது என்றால் இங்கே எல்லோருக்கும் கலைத்திறன் பற்றி எவ்வளவு தூரம் அக்கறையிருக்கிறது என்று நினைத்துப் பாருங்கள்.

'கொட்டேஷன்', 'டெண்டர்' போன்ற அரசாங்க வார்த்தைகளைக் கேட்பதேகூட ஒரு கலைஞனுக்கு அலர்ஜி. ஆனாலும், ஏதோ அம்மியை உளியால் அடிப்பது போலவும் கான்க்ரீட் கட்டடம் எழுப்புவது போலவும் சிற்ப வேலையை நினைத்துக்கொண்டு அதைச் சில ஒப்பந்த நோட்டுக் கற்றை களுக்குள் அடக்கப் பார்க்கிற அரசாங்கத்தை என்னவென்று சொல்ல? பல சந்தர்ப்பங்களில், "இந்தச் சிலையைச் செய்ய உங்களுக்கு எவ்வளவு செலவாகும்? ஒரு கொட்டேஷன் போட்டு அனுப்புங்களேன்" என்று சில அதிகாரிகள் என்னிடம் கேட்டிருக்கிறார்கள். அவர்கள் அப்படி கேட்ட காரணத்தினாலேயே நான் எரிச்சலுடன் மறுத்ததும் உண்டு.

மீண்டும் ஓவியக் கல்லூரிக்கு வருகிறேன்...

ஜஸ்டிஸ் ராஜமன்னார், ஜஸ்டிஸ் அனந்தநாராயணன், நாரலா நாகேஸ்வரராவ், அமுல் கோஷ், 'இந்து' நாளிதழ் பூவராகன், ஏ.எஸ். ராமன், அஞ்சலி சர்க்கார் போன்றோர் சென்னை ஓவியக் கல்லூரியின் திறன், பாரம்பரியம், புகழ் குறித்துத் தங்களது பத்திரிகை எழுத்துக்கள் மூலமாகப் பொதுமக்களுக்கு எடுத்துரைத்தவர்கள். கல்லூரியின் வளர்ச்சிக்கு உறுதுணையாக நின்றவர்கள். இவர்கள் தவிரவும் ராமச்சந்திரன், எம்.வி. தேவன் போன்றோர் பெயிண்டிங் பற்றியும் சென்னை ஓவியர்கள் பற்றியும் அவ்வப்போது பத்திரிகைகளில் எழுதியதுண்டு இவர்கள் இருவரில் தேவன் முழுநேர ஓவியர். ராமச்சந்திரன் ஓவிய நண்பர்களோடே காலம் கழித்தவர் என்பதுதான் இதில் விசேஷம்.

இந்தக் காலக்கட்டத்தில் கல்லூரியில் சில புதிய திருப்பங்கள் நடைபெற்றன.

~

சிற்பத்துறை மறுவாழ்வு பெற்று உற்சாகமாக இயங்கிக் கொண்டிருந்த அதே வேளையில் கிராஃபிக்ஸ் எனும் புதிய துறை ஓவியக் கல்லூரியில் நுழைந்து இளைஞர்களைக் காந்தமாக இழுத்தது.

கிராஃபிக்ஸ் என்பதைத் தமிழில் 'செதுக்கு சிற்பம்' என்று வேண்டுமானால் சொல்லலாம். கிராஃபிக் கலையில் ஒரு படைப்புக்கு ஆறு அல்லது ஏழு பிரிண்ட்டுகள் வரை எடுக்க முடியும். உலகம் முழுக்க இந்தக் கலை மீது மோகம் பரவியிருந்த காலம் அது.

இந்தியாவைப் பொறுத்தவரையில் கல்கத்தா சந்திநிகேதனில் கிருஷ்ணா ரெட்டி எனும் கிராஃபிக் கலை நிபுணர் இருந்தார். சித்தூர்க்காரரான இவர், தற்போது அமெரிக்காவிலேயே 'செட்டில்' ஆகியும்விட்டார். இன்று உலகளாவிய அளவில் மிகச் சிறந்த கிராபிஃக் கலை நிபுணராக இருக்கிறார்.

தமிழகத்திலும் செதுக்கு சிற்பக் கலையை அறிமுகப்படுத்தும் பொருட்டு அந்தப் புதிய துறையில் புயலாக நுழைந்து கால்பதித்தார் அந்த இளைய தலைமுறை ஓவியர். அவரே பின்னாளில் எனக்கு மாப்பிள்ளையாகவும் ஆனார். அவர்தான் ஆர்.பி. பாஸ்கரன். இன்றும் சென்னை ஓவியக் கல்லூரிப் பணியில்தான் இருக்கிறார். பூனையை மையமாக வைத்து இவர் வரைந்த ஓவியங்கள் இவருக்குத் தனிப் புகழைப் பெற்றுத் தந்தன.

கிராஃபிக் கலை போன்றே திடீரெனச் சென்னைக் கல்லூரியில் உயிர்பெற்று எழுந்தது ஸெராமிக் கலை.

ராய் சவுத்ரி முதல்வராக இருந்த காலத்தில் வி.ஆர். சித்ரா என்பவர் ஸெராமிக் துறை பொறுப்பேற்றிருந்தார். இவர் சாந்திநிகேதனில் படித்தவர். ஸெராமிக் கலைப்பொருள்கள் செய்ய அடிப்படைத் தேவை 'கிலன்' என்று அழைக்கப்படும் அடுப்பு. அதை எப்படி வடிவமைப்பது என்று ஜப்பான் நாட்டுக்கே சென்று கற்றுவந்தவர் வி.ஆர். சித்ரா! கிணறு போன்று வடிவமைக்கப்படும் 'கிலனை' முதலில் தொழில்துறையில்தான் *(Industries Department)* அமைத்தார்கள்.

அப்போது சபாநாயகம் தலைமைச் செயலாளராக இருந்த நேரம். பெரம்பூரிலிருந்த தொழிற்துறை ஃபாக்டரிதான் ஸெராமிக்கினால் செய்யப்படும் பொருட்களை உற்பத்தி செய்து வந்தது. கன்னியப்பன் எனும் எங்கள் ஓவியக் கல்லூரி ஆசிரியரும் அங்கேயே பணியில் இருந்தார்.

கன்னியப்பனின் சேவை கல்லூரிக்குத் தேவைப்பட (என்னைப் போன்ற ஓவியர்களின் நச்சரிப்பு வேறு), அவரை மீண்டும் கல்லூரிக்கே அனுப்பிவைத்தார் அந்தத் துறையின் இயக்குநராக இருந்த ஏ.எஸ்.மேனன். ராஜாஜி ஹாலில் நாங்கள் சிற்பக் கண்காட்சி வைக்கும்போதெல்லாம் கன்னியப்பன்தான் கண்காட்சி அமைப்புகளில் மிகவும் உதவிகரமாக இருப்பார். கன்னியப்பனை எங்களிடம் அனுப்பியதோடு மட்டுமின்றி, பிற்பாடு அரசு தனது ஸெராமிக் உற்பத்தியை நிறுத்திக்கொண்டு செயல்பாட்டை நிறுத்தியபோது கிணறு போன்ற சைஸில் இருந்த 'கிலனையும்' எங்கள் கல்லூரிக்கே அனுப்பிவைத்தார் ஏ.எஸ். மேனன்.

ஸெராமிக் துறையில் மறுமலர்ச்சி வந்தது. ஸெராமிக்கைக் கொண்டு 'நகைகள்' உட்பட பல உபயோகமான பொருள்களும் கல்லூரியில் உருவாக்கப்பட்டன. ஆஷ் ட்ரே, கப் அண்ட் சாஸர் போன்றவற்றை ஸெராமிக்கினால் செய்து கண்காட்சியில் வைத்தபோது விற்பனை பிய்த்துக்கொண்டுபோனது.

ஸெராமிக் கலையின்பால் ஆர்வம் கொண்டு ஆலோசனை சொன்னவர்களில் ஓர் அதிகாரியின் மனைவியும் அடக்கம். யூஜின் என்றொரு ராணுவ அதிகாரி சிப்பெட்டில் அப்போது இயக்குநராக இருந்தார். பிளாஸ்டிக் டிஸைனிங்குக்கு ஆலோசனை தந்து உதவ ஓவியக் கல்லூரியின் சார்பாக நான் அவர்கள் கம்பெனிக்குப் போனபோது யூஜினின் மனைவி எதேச்சையாக அங்கே வந்திருந்தார்.

"பீங்கானில் வாழை இலை, தொன்னைகள் போன்றவற்றைச் செய்தால் நன்றாக இருக்குமே!" என்றார் அவர் என்னிடம்.

உண்மைதான். நமது பாரம்பரிய 'டச்'சோடு மேற்கத்தியக் கலைப்பொருள் ஜொலித்தால் அதை உபயோகிக்கும் தூண்டுதல் அதிகமாகுமே!

~

திருமதி யூஜினின் யோசனையை உடனடியாக ஏற்று வாழை இலை, தொன்னைகள் போன்றவற்றை இலைக்கே

உரித்தான நேர்த்தியான வரிகளோடு தத்ரூபமாக வடித்தார் கன்னியப்பன். மலையாளியான யூஜினின் மனைவிக்கு இதில் மட்டற்ற மகிழ்ச்சி.

நான் கும்பகோணம் ஓவியக் கல்லூரியில் முதல்வராக இருந்தபோதும் பீங்கான் கலையார்வம் என்னுள் மடிந்துவிட வில்லை.

தமிழகத்தில் பெரம்பூர் தவிர விருத்தாசலத்திலும் அரசு ஸெராமிக் தொழிற்சாலை ஒன்று இருந்தது! அந்தப் பீங்கான் ஃபாக்டரிக்குக் கும்பகோணத்திலிருந்து அடிக்கடி மோட்டார் பைக்கில் சென்று வருவேன். பெரம்பூரை ஒப்பிடும்போது இது மிகப் பெரிய தொழிற்சாலையும்கூட. அதன் சேர்மனாக பி.எஸ். மேனன் என்பவர் இருந்தார். அரசு உத்தரவின்படி இந்தத் தொழிற்சாலையின் பீங்கான் துறைக்குக் கௌரவ ஆலோசகராகவும் பணியாற்றிவந்தேன்.

விருத்தாசல ஃபாக்டரியில் பணிபுரிந்தவர்களில் பொன்னம்பலம், ரகுநாத பாபு, அனந்த கிருஷ்ணன் போன்ற ஓவியர்கள் பலர் ஸெராமிக் கலையில் மிகுந்த நிபுணத்துவம் பெற்றவர்களாக இருந்தார்கள். அசப்பில் வெண்கலத்தில் செய்யப்பட்ட சிலைகள் போலவே தோற்றம் கொடுக்கக்கூடியதாக ஸெராமிக்கில் வடிவமைத்தார்கள் இந்தக் கலைஞர்கள்.

புதிய அலை போல் ஓர் உத்வேகத்துடன் தமிழகத்தில் எழுந்தது இந்த ஸெராமிக் கலை! இப்படித் தயாரான கலைப்பொருள்களைக் கொண்டு சென்னை ராஜாஜி ஹாலில் ஒரு மாபெரும் கண்காட்சியே வைக்கப்பட்டது!

'தமிழ்நாடு ஸெராமிக்ஸ்' என்று இந்தியா முழுவதும் இந்தக் கலைப் பொருள்கள் ஆர்வமாகப் பேசப்பட்டன. அதன்பின் அதேபோன்ற கண்காட்சிகள் பம்பாயிலும் தில்லியிலும்கூட நடத்தப்பட்டன. இந்தியப் பத்திரிகைகள் அனைத்தும் இந்தப் புதிய கலை எழுச்சியை ஒருசேரப் பாராட்டின.

ஆனால், இத்தனை வரவேற்பும் பாராட்டும் இருந்தும்கூட... என்ன காரணமோ தெரியவில்லை... திடீரென்று அந்தத் துறையையே மூடிவிட்டது அரசு. வளர்ந்து வரும் ஒரு கலையை – தமிழ்நாட்டுக்குப் பேர் சம்பாதித்துக்கொடுக்கும் ஒரு கலையை, அதன் ஆரம்பக் கட்டத்திலேயே இப்படி இழுத்து மூடியிருக்க வேண்டாமே என்று பலருக்கும் வருத்தமாகவே இருந்தது. இந்தப் பிரச்னையினால் அந்தத் துறையில் வேலை செய்துகொண்டிருந்த திறமையான ஓவியர்களில் பலர் வேலையில்லாமல் அங்கிருந்து வெளியேற நேர்ந்தது இன்னொரு சோகக் கதை.

சென்னை ஓவியக் கல்லூரி ஸெராமிக் பொறுப்பேற்றிருந்த கன்னியப்பனைப் பொறுத்தவரையில் அவர் ஒரு சிற்பியாகவும் புகழ் பெற்றிருந்ததால் தப்பித்தார் என்றே சொல்ல வேண்டும்.

கன்னியப்பன் இன்றும் சிற்பங்கள் செய்துவருகிறார். தற்போது நான் கலை ஆலோசகராக இருக்கும் 'சிம்ஸன் குரூப் கம்பெனி', தங்களது ஸ்தாபகர் அனந்தராமகிருஷ்ணனது உருவச் சிலையைச் செய்யும் பொறுப்பைக் கன்னியப்பனிடம்தான் ஒப்படைத்துள்ளது. கன்னியப்பன் சிற்ப வேலையில் ஈடுபட்டிருக்க, கம்பெனிக்கான ஓவியப் பொறுப்பைத் திறமைவாய்ந்த அந்தோணிதாஸிடம் கொடுக்கச் சொல்லி ஆலோசனை அளித்தேன் நான். சிம்ஸன் குரூப் தலைவர் சிவசைலம் இதைத் தட்டாமல் ஏற்றிருக்கிறார். அதோடு மட்டுமின்றி ஓவியப் பாதுகாப்புக்கான ஸ்பெஷல் கண்ணாடிகள் சிலவற்றையும் பிரேம்களையும் இங்கிலாந்திலிருந்து வரவழைத்தும் கொடுத்துள்ளார் சிவசைலம்.

இங்கே பிரிட்டிஷ்காரர்கள் பற்றிக் கொஞ்சம் சொல்ல வேண்டும்... 'கண்ணாடி வேண்டும்... பிரேம் வேண்டும்...' என்றதும் 'கடகட'வெனக் காரியத்தில் இறங்கி, ஏனோதானோ என்று வியாபாரம் செய்துவிடவில்லை அவர்கள்.

'என்ன டைப் ஓவியம், அதனுடைய கலரிங் என்ன விதம்' என்றெல்லாம் கேட்டு, 'பிரேம் எப்படியிருந்தால் சரிவரும்' என்று பலவிதமான ஆலோசனைகளைத் தந்தார்கள். இங்கிருந்து ஓவியங்களை பிரேம் போடுவதற்கென அங்கே அனுப்பி வைப்பதாகப் பேச்சு வந்தபோதும் தாங்களே ஸ்பெஷல் பாக்கிங் சாதனங்களை அனுப்பிவைத்து அதனுள் ஓவியங்களைப் பாதுகாப்பாகப் பார்சல் செய்து அனுப்பச் சொன்னார்கள். அவர்களது அக்கறை எனக்கு மாபெரும் ஆச்சரியத்தைத் தந்தது.

கன்னியப்பன் – இன்று சிற்பக்கலை தவிர தொழில்துறையிலும் காலடி வைத்துவிட்டார். ஆம்! ஓவியம் வரைவதற்குத் தேவையான க்ரையான் பென்சில்களை இன்று இவர் தலைமையிலான குட்டி ஃபாக்டரி ஒன்று தயார்செய்து வருகிறது. ஸெராமிக்கில் கன்னியப்பன் போன்றே குறிப்பிடத்தக்க இன்னொருவர் தட்சிணாமூர்த்தி. இந்த ஓவியருக்குக் கருங்கல்லில் சிற்பங்களை வடிப்பதிலும் ஆர்வம் அதிகம். நவீன பாணி சிற்பங்களைக் கருங்கல்லில் வடிக்கும் வேலை கொஞ்சம் கடினமானது. இருப்பினும், இதில் பெயர்பெற்று விளங்குகிறார் தட்சிணாமூர்த்தி.

'சென்னை காலேஜ் ஆஃப் ஆர்ட்ஸ்' தந்த வித்தியாசமான ஓர் ஓவியரும் உண்டு. அவர் மாணவராக ஓவியக் கல்லூரியில்

படித்தபோதே ஓவியத்தை விட நாடகம் போடுவதில்தான் அதிக ஆர்வம் காட்டிக்கொண்டிருப்பார். கல்லூரியில் ஒவ்வோர் ஆண்டு விழாவுக்கும் இவரது நாடகம் கட்டாயமாக இருக்கும். அடிக்கடி சிவாஜி கணேசன் போல டயலாக் பேசி மற்றவர்களின் கவனத்தை ஈர்த்தும் கொண்டிருப்பார். 'இவர் போகிற போக்கைப் பார்த்தால் ஒருநாள் சினிமா நடிகராகிவிடுவார் போலிருக்கிறதே' என்று அவரைப் பற்றி நாங்கள் பேசிக்கொள்வோம். அதே போலவே அந்த ஓவியர் சினிமாவில் நுழைந்தும்விட்டார். அவர் வெற்றிகரமான சினிமா நடிகராகவும் ஆனார். அந்த ஓவியர் வேறு யாருமல்ல, நடிகர் சிவகுமார்தான்!

~

அமெரிக்காவில் பிரபல நடன மங்கையொருவர். அவரது நிகழ்ச்சி ஒன்றில், "நீங்கள் கடைசியாக ஆடினீர்களே, அந்த அற்புத நடனத்தின் பொருள் என்ன?" என்ற கேள்வி கேட்கப்பட்டது.

"அதை என் வாயால் உங்களுக்குச் சொல்ல முடியுமென்றால் நான் ஏன் நடனத்தைத் தேர்ந்தெடுத்து, அதன் வாயிலாக வெளிப்படுத்த வேண்டும்?" என்று பதில் கேள்வி கேட்டார் அந்த நடன மங்கை.

இதுபோன்ற ஒரு சங்கடமான நிலைமை ஓவியர்களுக்கும் அடிக்கடி நேரிடுவதுண்டு.

ஓவியக் கண்காட்சிக்கு வந்து, குறிப்பிட்ட ஓவியத்தை உற்று உற்றுப் பார்ப்பார்கள். கடைசியில், "சார், இதில் நீங்கள் எதைச் சொல்ல வந்திருக்கிறீர்கள்?" என்று சம்பந்தப்பட்ட ஓவியரிடமே சென்று கேட்பார்கள். இதுபோன்ற சமயங்களில், 'இது ஏதடா தொல்லை?' என்றுதான் நினைக்கத் தோன்றும். என்னிடம் அப்படி யாராவது கேட்டால், "ஸாரி... எனக்குச் சொல்லத் தெரியாது... தெரிந்திருந்தால் பேச்சாளி ஆகியிருப்பேன்... தெரியாததன் விளைவு? ஓவியனாகியிருக்கிறேன்!" என்று பணிவாகச் சொல்லி நகர்ந்துவிடுவேன். (எல்லாம் அந்த அமெரிக்க நடனமாதுவின் இன்ஸ்பிரேஷன்தான்!)

கலை, கோயில்கள், சிற்பங்கள் பற்றியெல்லாம் ஆராய்ந்து, அழகு தமிழில் கட்டுரை வடித்தவர் தொ.மு. பாஸ்கரத் தொண்டைமான் எனும் தமிழறிஞர். அவர் ஒருமுறை என்னிடம், தமிழனின் கவிதை என்றபடி செய்யுள் ஒன்றைச் சொன்னார்.

ஒரு சிற்பியின் சுயசரிதை

> காணுகின்ற காட்சியிலே
> கவிந்து மனம்தான் லயித்துப்
> பேணுகின்ற அனுபவத்தைப்
> பிறரெல்லாம் அறியும் வ(ண்)ணம்
>
> சொல்லாலோ இசையாலோ
> சொலற்கரிய நடத்தாலோ
> கல்லாலோ வனத்தாலோ
> காட்டுவதே கலையாகும்!

என்று போகிறது அந்தக் கவிதையின் வரிகள்.

அந்தக் கவிதை வரிகள் எத்தனை தூரம் அர்த்தம் பொதிந்தவை என்று எண்ணுகிறபோது உண்மையிலேயே சிலிர்க்கிறது.

அர்த்தம் தெரிந்துதான் ஆடுவதும் பாடுவதும் வரைவதும் வடிப்பதும் நடக்கிறது. ஆனால், அவற்றின் அர்த்தம் புரியாமல் கலைஞர்களின் வாயைக் கிளறுவது பொழுதுபோகாதவர்களின் வீண்வேலை என்பது என் கருத்து. இப்படித்தான் இவர்களால் கலையை உணர்ந்துகொள்ள முடியுமென்றால், இப்படிப்பட்டவர் களுக்கெல்லாம் 'கலை' தெரிந்து ஒன்றும் ஆகிவிடப் போவதில்லை என்றும் நினைக்கத் தோன்றுகிறது.

சென்னை ஓவியக் கல்லூரியில் முதல்வராக இருப்பவர் களுக்கு ராஜ்பவன் கலைச் சேகரிப்புகளில் கருத்துச் சொல்வதும் ஆலோசனை தருவதும் நடைமுறையில் உப வேலைகள். அப்படியொரு முறை, நேருவின் படம் ஒன்று பம்பாய் ஆர்ட்டிஸ்ட் ஒருவரால் வரையப்பட்டுச் சென்னை ராஜ்பவனுக்கு வந்தபோது அதை மதிப்பீடு செய்ய நானும் இன்னொரு ஆர்ட்டிஸ்ட்டும் போயிருந்தோம்.

உண்மையில், நேரு படம் 'வொர்த்' ஆக இல்லை. ஆயினும், சன்மானப் பணத்தில் குறை வைக்காது தாராளமாகவே சொன்னோம். அதாவது, 'சுமாரான படமாச்சே' என்று நாங்கள் சன்மானத்தைக் குறைக்கப்போக அதுவே பிற்பாடு வருகிற நல்ல படங்களுக்கும் ரெகுலர் தொகையாக மாறிவிட்டால்? இதுவே எங்களது முன்னெச்சரிக்கையான அதிக மதிப்பீட்டுக்குக் காரணம்.

அடுத்த முறை, இந்திரா காந்தி படம் ஒன்று மதிப்பீட்டுக்கு வந்தது. இந்த முறை, 'பம்பாய் ஆர்ட்டிஸ்ட்டின் இந்திரா காந்தி படம் சுத்தமாகச் சரியில்லை' என்பதால் தள்ளுபடி ஆகிவிட்டது! அப்போது நான், கவர்னர் அலுவலகத்தில் வாக்குறுதி தந்ததன்

பேரில் – இங்குள்ள சிறந்த கலைஞர் ஒருவரிடமே இந்திரா காந்தியை வரையும் பொறுப்பு ஒப்படைக்கப்பட்டது.

சோம்பேறித்தனத்தை உரிமைக் குத்தகையில் வைத்திருப்பது தானே கலைஞர்களின் குணம். இதனால் இந்திரா காந்தியை வரைய ஓவியருக்குக் கொஞ்சம் காலதாமதமாகிவிட்டது.

முழுதாக வரையப்பட்ட இந்திரா காந்தி ஓவியத்தோடு நாங்கள் ராஜ்பவனுக்குப் போனபோது அங்கே எங்களைப் பார்த்துக் கண் சுருக்கி, விஷமத்தனமாகச் சிரித்தார் கவர்னர். கையிலிருந்த வெற்றிலையில் சுண்ணாம்பு தடவி சுவாரஸ்யமாக வாயில் போட்டுக்கொண்டு, "பெயிண்டிங் படு பிரமாதம். ஆனால், ராங் டைமிங்" என்றார்.

எங்களுக்கு அப்போது புரியவில்லை. மறுநாள் பேப்பரைப் பார்த்தபோதுதான் எமர்ஜென்ஸி ஏற்படுத்திய விளைவுகளால் தேர்தலில் மதிப்பிழந்து தோற்ற இந்திரா காங்கிரஸின் முகம் தெரிந்தது. அப்புறம் கொஞ்ச வருடங்களுக்கு அந்த இந்திரா காந்தி ஓவியத்தை அவரால் விற்க முடியவில்லை. கடைசியில், வேறொரு கவர்னரே தனது பர்சனல் கலெக்ஷனுக்காக அதை அந்த ஓவியரிடமிருந்து வாங்கினார்.

கும்பகோணம் கல்லூரியில் நான் முதல்வராக இருந்த காலம் மூன்று வருடங்கள்.

மூன்று வருடங்களும் என் குடும்பத்தை இங்கே விட்டுவிட்டு, நான் மட்டும் தனியே அங்கிருந்த நாட்கள்... இதுவும்கூட ஒருவகையில் எனக்கு வசதியாயிற்று. ஆம்... அங்கிருந்த திருநாகேஸ்வரம், பட்டீஸ்வரம் போன்ற கோயில்களின் கலைச் சிற்பங்களை ஆழ்ந்து உணர என் தனிமையும், கல்லூரி நேரம் தவிர எனக்கிருந்த எக்ஸ்ட்ரா நேரமும் மிகவும் உதவின.

~

கும்பகோணம் ஓவியக் கல்லூரியில் முதல்வராக இருந்தபோது சுவாமிமலை கோயிலுக்கு நான் போகாத நாள் கிடையாது. இதனால் கோயில் அர்ச்சகர்களும் நாளடைவில் என்னோடு நண்பர்களாகிவிட்டார்கள்.

ஒரு வெள்ளிக்கிழமை மாலை வேளை... சிவனுடைய சந்நிதி வாயிலில் அந்த லிங்கத்தையே மறைப்பது போல் மாபெரும்

வெள்ளிக் குத்துவிளக்கு நிறுத்தப்பட்டிருந்தது. பக்தர்கள் விழியெல்லாம் விளக்கில் பதிந்த அளவுக்கு லிங்கத்தில் பதியக் காணோம். என்னால் நிறைவாகச் சாமி கும்பிட முடியவில்லை. எனக்குப் பழக்கமான அர்ச்சகரை அழைத்தேன்.

“இந்தக் குத்துவிளக்கை ஓரமாக வைக்கக் கூடாதா? எதற்குச் சாமியை மறைக்கும் நந்திபோல் லிங்கத்தின் முன்பாக நிறுத்தி வைத்திருக்கிறீர்கள்?” என்று கேட்டேன்.

“அதில்லே ஸ்வாமி! அது ஊர்ப் பெரிய மனுஷர் ஒருத்தரோட கைங்கர்யம். தெரியறாப்லதான் வெச்சாகணும்” என்றார் அந்த அர்ச்சகர்.

எனக்கு வருத்தமாக இருந்தது. ஆனால், அடுத்த வெள்ளிக்கிழமையன்று... யார் போய் எங்கே என்ன சொன்னார்களோ... அந்தக் குத்துவிளக்கு லிங்கத்தின் பக்கத்தில் நின்று ‘சுடர்’ விட்டுக்கொண்டிருக்க... என்னைப் பார்த்த அர்ச்சகர் முகத்தில் அர்த்தம் பொதிந்த புன்னகை. என்னிடத்திலும் நன்றி சொல்வது போன்றே புன்முறுவல்.

நமது கலைவாணர் என்.எஸ். கிருஷ்ணனுக்கும் ஸ்பெயின் நாட்டின் நான்காம் பிலிப் மன்னருக்கும் ஒரு ஒற்றுமை உண்டு. அதன் பின்னணியைத் தெரிந்துகொள்ள ஆசைப்படுபவர்கள் உலகப் புகழ்பெற்ற ஓவியர்களில் ஒருவரான வெலாஸ்கியைப் பற்றியும் அறிய வேண்டியிருக்கும்.

பதினைந்தாம் நூற்றாண்டு ஓவியரான வெலாஸ்கி, ஸ்பெயின் நாட்டின் மன்னரை வரைய மூன்றாண்டு காலம் அலைந்தவர். ஒரு வழியாய் அரசரின் அப்பாயிண்ட்மெண்ட் கிடைத்தது – அவரது உருவத்தை ஓவியமாக வடிக்க... மன்னருக்கு அந்த ஓவியம் மிகவும் பிடித்துவிட்டது. விளைவு? மன்னரின் ஆஸ்தான ஓவியரானார் வெலாஸ்கி. ஓவியத்தையே உயிர்மூச்சாய்க் கொண்டிருந்த வெலாஸ்கிமீது மன்னர் அபரிமிதமான அன்பு வைத்திருந்தார். அவரது கலையை மதிக்கும் பொருட்டு வெலாஸ்கிக்குத் தன் அரண்மனையின் ஒரு பகுதியையே ஓவியரின் கலைக்கூடமாக ஒதுக்கியும் தந்திருந்தார். இதற்குப்பின் ஓவியத்தில் வெலாஸ்கி ஈடுபட்டிருக்கும் பெரும்பாலான நேரங்களில் நான்காம் பிலிப் மன்னரும் அந்த ஸ்டூடியோவில் கால் கடுக்க நின்று வேடிக்கை பார்த்துக்கொண்டிருப்பார்.

இதைப் பார்த்த வெலாஸ்கிக்குத் தர்மசங்கடமாகிவிட்டது. அரண்மனைப் பணியாளர்களை அழைத்து, அரசருக்கென்று தனியான நாற்காலி ஒன்றைத் தன் ஸ்டூடியோவில் கொண்டு வந்து போடும்படி பணித்தாராம் வெலாஸ்கி.

வெலாஸ்கியின் ஓவியத் திறனைப் பார்க்க ஸ்டூடியோவிலேயே பழிகிடந்த ஸ்பெயின் நாட்டின் மன்னர் மாதிரி, நம் ஊரில் படு பிரபலமாக இருந்த பேனர் ஆர்ட்டிஸ்ட் மாதவன் ஸ்டூடியோவில் என்.எஸ்.கே. நெடுநேரம் இருப்பார். கலைப்படைப்புகள் உருவாவதைக் கண் விரியப் பார்த்துச் சொக்கி நிற்பாராம்.

இந்த விஷயம் எனக்கு எப்படித் தெரியும்?

என் வீட்டு கிரகப்பிரவேச விழாவுக்கு வந்திருந்த என்.எஸ்.கே., அங்கிருந்த ஓவியங்களையும் சிற்பங்களையும் ஊன்றி உற்றுப் பார்த்துக்கொண்டிருக்க எனக்கு ஆச்சரியமாயிற்று.

இதைத் தொடர்ந்து நான் விசாரித்தபோதுதான் ஓவியக்கலை மீது அவர் கொண்டிருந்த ஆசையும் மாதவன் ஸ்டூடியோவில் அவர் செய்த தவமும் எனக்குத் தெரியவந்தன.

இப்பேர்ப்பட்ட கலாரசிகரான கலைவாணர் என்.எஸ்.கே., பிற்பாடு ஒருவகையில் எனக்கு உறவினராகவும் ஆனபோது எனக்கு ரொம்ப மகிழ்ச்சி. ஆம். அவரது தம்பி மகளைத்தான் என் மூத்த மகன் மணந்துகொண்டிருக்கிறான்.

~

கும்பகோணம் கல்லூரியைப் பொறுத்த வரையில் அந்த மாணவர்களுக்கு அதிக அளவில் கண்காட்சி நடத்தும் ஆர்வத்தையும் அணுகுமுறையையும் அளித்தவன் நான் என்பதில் எனக்கு இன்றளவிலும் திருப்தி உண்டு.

அரசு ஆசிரியப் பணி முடிந்த என்னுடைய ரிடையர்மெண்ட்டுக்கு வருகிறேன்.

கலைப்பணியைப் பொறுத்தவரையில் அதற்கு ஓய்வே இருக்க முடியாது என்பதால், எனது நண்பர் மெய் செந்தில் இனிய அனந்தர் மற்றும் அவரது துணைவியாருடன் இணைந்து, ஓவியக் கலையில் ஆர்வமுள்ளவர்களுக்காகப் பயிற்சி முகாம்களை ஒருங்கிணைத்து நடத்துவதில் நான் தீவிரமானேன். அந்த இஞ்சினீயர் தம்பதிக்கு வரையத் தெரியாது. இருப்பினும், ஓவியக் கலை வாசலைத் திறக்கும் மனசும் ரசிகத்தன்மையும் பணமும் அந்தத் தம்பதியிடத்தில் இருந்தது. அவர்களது செல்வாக்கால் முகாமின் நிறைவு விழாவுக்கு அப்போது எம்.ஜி.ஆர். அரசில்

அமைச்சராக இருந்த செ. அரங்கநாயகத்தை அழைத்து வரவும் முடிந்தது.

விழாவுக்கு வந்த அரங்கநாயகம், "எங்கள் அரசுப் பள்ளிகளில் பணிபுரியும் ஓவிய ஆசிரியர்களுக்குக் குறுகிய காலப் பயிற்சி முகாம்கள் நடத்துங்களேன். பள்ளிகளில் ஓவியத் தரம் உயரும்" என்று என்னிடம் கேட்டுக்கொண்டார். அமைச்சரது ஆணையின் பேரில் உடனடியாகக் கல்வித்துறையும் தமிழ்நாடு நுண்கலைக் குழுவும் கைகோத்துக்கொண்டு செயலில் இறங்கின.

நான் ஊர் ஊராகப் பயணப்பட்டேன். கூடவே, நுண்கலைக் குழு அனுப்பிவைத்திருந்த ஓவியர்களும் என்னோடு வந்தார்கள்... பதின்மூன்று மாவட்டங்களில் தலா இருபத்தைந்து நாட்களுக்குத் தொடர்ந்து நடந்த இந்த முகாம்களில் ஓவிய ஆசிரிய – ஆசிரியைகள் மிகவும் விரும்பிக் கலந்துகொண்டார்கள். இதுவரை தாங்கள் தெரிந்திராத கலை நுணுக்கங்களைத் தெரிந்துகொண்டதாக என்னிடம் பூரித்தார்கள்.

"சார்... எனக்குக் களிமண்ணில் சிலை செய்யவெல்லாம் தெரியாது!" என்று சொன்னவர்களையும் நான் விட்டதில்லை. "குறைந்தபட்சம் கோலிக்குண்டாவது உருட்டிப் போடுங்கள்" என்பேன். மெள்ள மெள்ள சின்ன உருவம் ஒன்றைச் செய்ய ஊக்குவிப்பேன். கடைசியில், முகாம்களின் முடிவில் கண்காட்சி நடத்துகிறபோது, அவர்களது படைப்புகளைப் பார்க்க அவர்களுக்கே அதிசயமாக இருக்கும். ரிடையர்மெண்ட்டுக்குப் பிறகு நான் மிகுந்த ஆத்ம திருப்தியோடு செய்த காரியம் அது.

வெலாஸ்கியைப் பற்றிச் சொல்லியிருந்தேன் இல்லையா? அவரை நினைக்கும்போது அவரது ஓவியங்களைப் பற்றியும் நினைக்காமல் இருக்க முடியாது. 16ஆம் நூற்றாண்டு பிறப்பதற்கு ஓராண்டுக்கு முன்பு இவ்வுலகில் அவதரித்த வெலாஸ்கி, புகைப்படக் கலைக்கு ஒப்பான வகையில் அற்புதமாக ஓவியம் வரையக்கூடியவர். அவரது பெயிண்டிங்குகளில் தெரியும் லைட்டிங் எஃபெக்டுகளும் தத்ரூபமும் தனிச்சிறப்பு வாய்ந்தவை. மன்னர் ஆதரவில் அரண்மனையிலேயே அதிக காலம் வசித்த ஓவியர் என்பதால் அரச குடும்ப நபர்களைத்தான் அவர் ஏராளமாக வரைந்து தள்ளியிருக்கிறார்.

மன்னரின் பெண்ணைத் தோழிகள் மற்றும் சேடிகளோடு அவர் வரைந்த 'லாங்ஷாட்' ஓவியம் மிகப் புகழ்பெற்றது.

அந்த ஓவியத்தின் ஐடியாவை மாத்திரம் மனதில் இறுத்தி, தன் பாணியில் அதற்கு வேற்று வடிவம் கொடுத்தார் பிற்பாடு வந்த பிகாஸோ. வெலாஸ்கி வரைய எடுத்துக்கொண்ட அதே களம்தான். ஆனாலும், பிகாஸோவின் பார்வையில் அது எத்தனை தூரம் மாறுபட்டிருக்கிறது என்று ஒப்பிட்டுப் பார்த்தால் நமக்கு வியப்பே மேலிடுகிறது.

வெலாஸ்கிக்குப் பின் வந்த பிகாஸோவின் காலம் வேறு. பிகாஸோ கலரிலும் டிஸைன்களிலுமே விஷயம் சொல்ல வந்தவர் என்கிற உண்மை உறைக்கிறபோது, இந்தப் பரிணாம வளர்ச்சியே நம் ஓவிய உணர்வுகளுக்கும் ஆய்வுகளுக்கும் தூண்டுகோலாகிறது!

இன்றைக்கும் என்னிடம் பயில வரும் குட்டிப் பிள்ளைகளுக்கு நான் பிகாஸோவைத்தான் உதாரணம் காட்டுகிறேன். “ஆரம்ப கட்டத்தில், பிகாஸோவைப்போல ஐடியாவை எதிலிருந்து வேண்டுமானாலும் எடுத்துக்கொள்ளுங்கள், ஆனால், ஓவியம் உங்கள் பாணியில் இருக்கட்டும்” என்கிறேன்.

என்னிடம் ஓவியம் பயில வருபவர்களில் பெரும்பாலானோர் குழந்தைகள்தான். இந்தக் கும்பலுக்கு நடுவே நான் படுவித்தியாசமான மாணவர் ஒருவரையும் பெற்றிருக்கிறேன்.

~

அந்த மாணவரின் பெயர் சேகர். சென்னை, மயிலை மாடவீதியில் டெயிலரிங் கடை வைத்திருந்தார். தையற்கலை பற்றி இரண்டு மூன்று புத்தகங்களும் எழுதியிருக்கிறார். அவர் ஒரு சித்த வைத்தியரும்கூட. இப்பேர்ப்பட்டவர் ஓவியம் கற்கவும் ஆசைப்பட்டார்.

அவர் ஆசைப்பட்டதில் என்ன ஆச்சரியம் இருக்கிறது என்கிறீர்களா?

இருக்கிறது. அவருக்கு வயது எண்பத்து மூன்று. இந்த வயதிலும் திடகாத்திரமாக இருப்பது சிறப்பு. ரொம்பவும் அழகான முறையில் ‘இன்சர்ட்’ பண்ணிய வெள்ளை பாண்ட், சட்டை அணிந்து என் வீட்டுக்குப் பளிச்சென்று வந்தார் இந்த மனிதர்.

"எனக்கு இப்போ டிராயிங் கத்துக்கிட்டுப் பெரிய ஆர்ட்டிஸ்ட்டா வரணும்னெல்லாம் கிடையாது. இருந்தாலும் ஓவியக்கலையின் அரிச்சுவடியையாவது தெரிஞ்சுக்க ஆசைப்படறேன்" என்று சொன்னார் சேகர்.

நான் எதிர்பார்த்ததற்கும் அதிகமான வேகத்தில் இன்று முன்னேறிக்கொண்டிருக்கிறார்.

எனது கும்பகோணம் ஓவியக் கல்லூரி மாணவர்களைப் பொறுத்தவரையில் அநேகம் பேர் இன்று மிக நல்ல வேலையில் இருக்கிறார்கள். குறிப்பாக சுவாமிநாதன் எனும் மாணவர். இவருடைய அப்பா ஒரு பொற்கொல்லர். திடீரென்று "எதற்கு நான்கு வருட ஓவியப் படிப்பு? நாற்பது நாள் பயிற்சி எடுத்துக்கொண்டு அரசு டெக்னிகல் துறை நடத்தும் டிராயிங் தேர்வுக்குப் போனால் போதும். டிராயிங் டீச்சர் வேலை கிடைத்துவிடுமே" என்று சொல்லிவிட்டார் அந்தத் தந்தை.

பிற மாணவர்கள் சொல்லி விஷயத்தை அறிந்த நான், அவரைச் சந்திக்க நேர்ந்தபோது, கல்லூரி ஓவியப் படிப்பு பற்றி எடுத்துச் சொல்லி, அவர் மகனை மீண்டும் கல்லூரியில் சேர்க்கச் செய்தேன். இன்று அந்த மாணவர் பெங்களூர் சித்ரகலா பரிஷத்தில் புகழ்பெற்ற நபராக விளங்குகிறார்.

கும்பகோணம் கல்லூரி மாணவர்கள் ஓவியத்தில் மேற்படிப்பு படிக்கச் சென்னைக்கு வந்தால் என் (அரசாங்க) குவார்ட்டர்ஸின் கீழ்த்தளத்திலேயே தங்கிக்கொள்வார்கள். கல்லூரி வளாகத்தினுள்ளேயே இருக்கும் அந்த குவார்ட்டர்ஸ் வெள்ளைக்காரன் காலத்தில் கட்டப்பட்டது. பெரிய வீடு என்பதால் வீட்டின் மேல்தளம் மட்டுமே என் உபயோகத்தில் இருந்தது. கீழ்த்தளம் முழுக்க மாணவர்களின் ஆட்சிதான். தாங்களே சமைத்துக்கொண்டும் என் மனைவி கொடுப்பதைப் பகிர்ந்து சாப்பிட்டும் பயங்கர லூட்டி அடிப்பார்கள் அந்தக் கிராமத்து மாணவர்கள். அவர்கள் எல்லாரும் இன்று பெரிய அந்தஸ்தில் இருப்பது குறித்து எனக்கு மிகவும் பெருமை. கும்பகோணம் கல்லூரிப் பணியில் நானிருந்த சமயத்தில்தான் காஷ்மீருக்குப் போக நேர்ந்தது. அகில இந்திய ஓவிய மற்றும் சிற்பிகள் ஒர்க்ஷாப் அங்கே நடந்தது.

இதற்கெனத் தமிழகத்தின் சார்பாகச் சிற்பி என்கிற முறையில் நானும், ஓவியர்கள் எனும் முறையில் சோழமண்டலத்திலிருந்து எஸ்.ஜி. வாசுதேவும் அவரது மனைவி அர்னாவாஸூம் சென்றிருந்தோம்.

ஓர்க்ஷாப் நடந்த இடம் காஷ்மீர் நகரிலிருந்து இருபது மைல் தொலைவில் இயற்கை அழகு கொஞ்சும் பூமியில். நகரைச் சுற்றிலும் சினார் மரங்கள் காட்சியளிக்க அப்போதுதான் அவை நமது வேப்பமரத்துக்கு ஒப்பானவை என்று புரிந்தது. நடுரோட்டில் சினார் மரம் இருந்தாலும் வெட்டமாட்டார்களாம். சென்டிமெண்ட் பார்ப்பார்களாம். அவர்களிடம், "மரத்தால் ஆன வீடுகளை மட்டும் அதிகமாய்க் கட்டியிருக்கிறீர்களே. மரங்களை வெட்டாமல் இவை எப்படி சாத்தியம்?" என்று கேட்டேன். "மழையாலும் காற்றாலும் கீழே விழும் மரங்களைத்தான் நாங்கள் வெட்டி வீடுகள் அமைப்போம்" என்றார்கள்.

ஓர்க்ஷாப்பின் கடைசி தினம்! அப்போதைய மாநில முதல்வர் ஷேக் அப்துல்லா எங்களது இருப்பிடத்துக்கு வந்து பார்வையிட்டார். நேரு பிரதமராக இருந்த காலகட்டத்தில் அரசியல் ரீதியாக ஷேக் அப்துல்லா கைது செய்யப்பட்டுக் கொடைக்கானலில் சிறை வைக்கப்பட்டபோது அங்கே ஆர்வத்தோடு தமிழ் கற்றதாக நான் கேள்விப்பட்டிருக்கிறேன். எனவே, நான் ஷேக் அப்துல்லாவிடம் தமிழிலேயே பேசினேன்.

அப்துல்லாவுக்கு உச்சி குளிர்ந்துவிட்டது. நான் சொன்னது அனைத்தையும் புரிந்துகொண்டு பக்கத்திலிருந்த பிரமுகரிடம் உருதுவில் மொழிபெயர்த்தார்.

காஷ்மீர் ஓர்க்ஷாப் முடிவடைந்தபோது நான் ஜம்முவுக்கும் சென்றேன். அங்கே ஐரோப்பியர்கள் காலத்தில் கட்டப்பட்ட 'ஆர்ட் அகாடமி'யின் பிரமாண்டத்தைப் பார்த்து வாய்பிளந்து நின்றேன்.

இசை, நடனம், ஓவியம் போன்ற கலைகளின் மொத்த இருப்பிடமாகத் திகழ்ந்த அந்த அகாடமி, ஜம்மு தரித்திருந்த இயற்கை அழகெனும் மணிமகுடத்தில் ஒரு வைரக்கல்லாய் ஜொலித்துக்கொண்டிருந்தது.

கலைத்தாயின் மடியில் கம்பீரமாகக் காட்சியளித்த அந்தப் பிரதேசம்தான் இன்று தீவிரவாதிகளின் பிடியில் சிக்கித் தவிக்கிறது. அந்தப் பகுதியின் இயற்கை எழிலை முழுமையாக அனுபவிக்க, ஏன் நிம்மதியாகக் கடவுளைத் தரிசிக்கக்கூட இயலாத நிலையில் இன்றைய இந்தியன் இருப்பதை நினைக்கிறபோது சோகம் பந்தாக வந்து நெஞ்சை அடைக்கிறது.

~

எல்லா ஓய்வுக்காரர்களையும் போல எனக்கும் என் சுறுசுறுப்பான கல்லூரி வேலை முடிவடைகிறதே என்பதில் கொஞ்சம் வருத்தமிருந்தது. வேலையைவிட அந்த வளாகத்தில் உள்ள மரம், செடி, கொடிகளை நான் அடிக்கடி பார்க்க முடியாதே என்கிற ஏக்கம் எனக்குள் அதிகமிருந்தது. இன்றும் கல்லூரிப் பக்கம் போனால் என் கண்கள் சுற்றிலும் உள்ள இயற்கைக் காட்சிகளில்தான் சுழன்றுசுழன்று மீள்கின்றன.

இயற்கையைப் பொறுத்தவரையில் எனக்கு போன்சாய் மரங்களை வளர்ப்பது கிட்டத்தட்ட நாற்பது வருடப் பொழுதுபோக்காக இருக்கிறது.

சீனாவிலிருந்து ஜப்பானியரின் ஆதர்சக் கலையாகிப்போன 'போன்சாய் மர வளர்ப்பு' பற்றி நான் அதிக ஆர்வம்கொள்ள உதவியது எனது குரு ராய் சவுத்ரி வளர்த்து வந்த ஒரு போன்சாய் மரம். அதைப் பார்த்த இன்ஸ்பிரேஷனில் நான் போன்சாய் பற்றிய புத்தகங்களைத் தேடிப்பிடித்துப் படிக்க ஆரம்பித்தேன். அந்த உந்துதலில் நானே சில மரங்களை போன்சாய் முறையில் வளர்க்கவும் துவங்கினேன். இருப்பினும், அவை அறிவியல் பூர்வமாக எனக்கு நிறைவைத் தரவில்லை. எனவே, இந்தியாவில் 'போன்சாய் அதாரிட்டி' என்றழைக்கப்படும் அக்னிஹோத்ரி என்பவரை நான் தில்லிக்குச் சென்று சந்தித்து, தேவையான ஆலோசனைகள் பெற்றேன்.

அக்னிஹோத்ரி அப்போது ரயில்வே அதிகாரியாக இருந்தார். இவருக்கு இருந்த 'போன்சாய் நாலெட்ஜை'க் கண்டு, அந்நாளில் இந்திரா காந்தியே இவர் வீடு தேடி வந்து அதுபற்றி மணிக்கணக்கில் பேசிக்கொண்டிருப்பது வழக்கம்.

"போன்சாய் முறையில் மரம் வளர்ப்பதே தவறு. அப்படி யெல்லாம் இயற்கைக்கு மாறாக எதையும் குறுக்கக்கூடாது" என்று சொல்பவர்கள் இன்றும் நிறைய பேர் உண்டு!

இது தவறான தத்துவம் என்பது என் கருத்து. புளியைச் சாறெடுத்த பின்னர் நம் இல்லத்தரசிகள் தூக்கிப் போடும் புளிக்கொட்டைக்கு 'லைஃப்' இருக்கிறதா என்ன? அதுபோலத்தான் இந்தக் குள்ள மர வளர்ப்பின் தாத்பரியமும். குள்ள மரங்கள் இயற்கைக்கு மாறானது என்றால் நாம் ஆயிரக்கணக்கான பட்டுப்பூச்சிகளைக் கொன்று உடை உடுப்பதும், சோபா – கட்டில்களோடு சுகவாழ்வு வாழ்வதும்கூட இயற்கைக்கு மாறுதான்.

ஜப்பானியர் போன்சாயைச் சிற்பக்கலை என்றுதான் சொல்கிறார்கள். என்னைப் பொறுத்தவரையில் அது

உண்மையும்கூட. சராசரி மனிதர்களை விட ஒரு சிற்பியால் போன்சாயை மிக அழகாக வளர்க்க முடியும் என்பது என் கருத்து. சரியான சமயத்தில், சரியான ஷேப்பில் 'ட்ரிம்' செய்து, அதனுடைய ஆழத்தையும் வடிவத்தையும் நுணுக்கமாய்ச் செய்வது ஒரு சிற்பியால் எளிதில் முடிகிற காரியம் என்பதும் என் அனுபவம்.

எனது நண்பரும் போன்சாய் பிரியருமான ஸோனா கிருஷ்ணன் அளவுக்கு நான் டெக்னிகலாக போன்சாய் வளர்ப்பில் கரை கண்டுவிட்டேன் என்று சொல்ல முடியாது. எனினும், இன்றைக்கு முப்பது போன்சாய்களை நான் கண்ணும் கருத்துமாகப் பராமரித்து வருகிறேன் என்பதில் எனக்கு ஏகப் பெருமை. இன்றைக்கு வெளியில் போய்விட்டு வீட்டுக்குள் காலடி எடுத்துவைக்கும்போதே என் கண்கள் இவைமீதுதான் படிகின்றன. அவை வாடியிருந்தால் கைக்குழந்தைக்கு ஒருவேளை ஆகாரத்தை 'மிஸ்' பண்ணிவிட்ட அம்மா மாதிரி பரிதவித்துப் போய்ப் பரபரக்கிறேன். ஆம்... போன்சாய் வளர்ப்பும் குழந்தை வளர்ப்பு மாதிரிதான். குழந்தையோடு நேரம் போக்குவதில் கிடைக்கும் குதூகலமும் மன அமைதியும் போன்சாய் வளர்ப்பிலும் கிடைப்பது – இவ்விரண்டுக்கும் தத்ரூபமான ஒற்றுமை. என்னிடம் ஓவியம் பயில வரும் குழந்தைகள், இல்லத்தரசிகள் போன்றோரை எனது படைப்பாற்றலுக்குத் தடையாக நான் என்றுமே எண்ணியதில்லை.

"இப்படிப் பொழுதுபோக்குவதைவிட, நீங்கள் இந்த வயதிலும் ஏதாவது ஒன்றைக் கிறுக்கி, உங்களது படைப்பாக விற்றுக் காசாக்க முடியுமே!" என்று புத்தி சொல்பவர்கள் உண்டு. ஆனால், அவர்கள் சொல்வதிலெல்லாம் கிடைக்காத அதீத சந்தோஷம் இப்படிப் பலருக்கும் கற்றுத் தருவதில் கிடைப்பதாக எனக்குப் படுகிறது.

ஓர் ஓவியப் பள்ளிக்கூடமே வைத்து நடத்தக்கூட எனக்கு ஆசைதான்! 'யான் பெற்ற இன்பம் பெறுக இவ்வையகம்' எனும் நோக்குதானே தவிர, இதில் வேறொன்றுமில்லை...

இப்படி என்னை என்றும் இளமையாகவே சிந்திக்கும்படி என்னைப் படைத்த இறைவனுக்கு என் வந்தனம்.

~ ~ ~

பின்னுரை

தேசிய விருது, தமிழக அரசின் கலைமாமணி போன்ற விருதுகளெல்லாம் பெற்றபோதுகூட நான் இவ்வளவு சந்தோஷப்பட்டதில்லை. அந்த விருதுகளால் ஓவிய உலகம் மட்டுமே அறிந்திருந்த என்னை, லட்சோப லட்ச மக்களுக்கு அடையாளம் காட்டியது ஆனந்த விகடன் அமைத்துக் கொடுத்த எழுத்துக் களம்தான் என்பதில் மெய்சிலிர்த்துப் போய் நிற்கிறேன். ரோட்டில் போகிறபோது என்னைச் சிலர் கூர்ந்து பார்த்து அருகில் வந்து, "சார்... நீங்க விகடன்ல எழுதற தனபால்தானே?" எனும்போது நான் சட்டென்று பொங்கிய அனுபவங்கள், கடந்த நாற்பதுக்கும் மேற்பட்ட வாரங்களில் நிகழ்ந்துவிட்டன.

யாரோ முன்பின் தெரியாத தமிழ்ப் பண்டிதர் ஒருவர் என்னை அவர் வீட்டுக்குள் அழைத்துப் பேரன், பேத்திகளைக் கூப்பிட்டுக் காலில் விழச்சொல்ல நான் சில நொடிகள் பிரமிப்பில் செய்வதறியாது நின்ற சம்பவமும் இந்தச் சுயசரிதைத் தொடரால் நடந்தது.

இந்தத் தொடரில் எவ்வளவோ கலைஞர்களின் பெயர்கள் விட்டுப்போயிருக்கின்றன. அதெல்லாம் என் நினைவு யாத்திரையை நான் அவ்வப்போது நித்திரையில் ஆழ்த்திவிட்ட சோகம்தானேயன்றி, வேறெதுவும் இல்லை! இருப்பினும் என் ஞாபகத்தேரை என்னால் முடிந்த வரை இழுத்திருக்கிறேன்.

இந்தப் பணிக்கு என்னை உற்சாகப்படுத்தி ஊக்குவித்த இணை ஆசிரியர் மதனுக்கும் மாபெரும் வாய்ப்பளித்த ஆசிரியருக்கும் இந்தத் தொடரை எழுத ஒவ்வொரு வாரமும் என்னுடன் அமர்ந்து உதவிய சீனியர் நிருபர் எஸ். சுபாவுக்கும் என் மகத்தான நன்றி.

தனபால்

எஸ். தனபால்
வாழ்க்கைக் குறிப்பு

1919	:	சென்னை மயிலாப்பூரில் பிறந்தார்.
1935 – 1940	:	சென்னை அரசு கவின்கலை மற்றும் கைவினைக் கல்லூரியில் வரைகலை *(painting)* மாணவராகச் சேர்ந்தார்.
1941	:	சென்னை அரசு கவின்கலை மற்றும் கைவினைக் கல்லூரியின் ஆசிரியராக இணைந்து பணியாற்றத் தொடங்கினார். பணிக் காலத்தில் முன்மாதிரியான பல்வேறு கலைச் செயல்பாடுகளின் மூலம் மாணவர்களின் ஆர்வத்தை வளர்த்தெடுத்தார்.
1945	:	புது தில்லியிலுள்ள தேசியக் கலைக் காட்சியகத்தில் ஏற்பாடாகியிருந்த நவீன சிற்பக் கண்காட்சியில் இவரது படைப்பும் பங்குபெற்றது.
1957	:	சென்னை ஓவியக் கல்லூரியின் சிற்பத் துறைக்குப் பொறுப்பேற்கிறார். இந்தக் காலகட்டத்தில் இவர் செய்த படைப்புகள் கலைச் சூழலில் கவனம் பெற்றதுடன் தில்லியிலுள்ள தேசியக் கலைக் காட்சியகத்திலும் பார்வைக்கு வைக்கத் தேர்வாயின.
1959	:	மேற்கு ஜெர்மனியில் ஏற்பாடாகியிருந்த உலகக் கலைக் கண்காட்சியில் இவரது சிற்பங்கள் பார்வைக்கு வைக்கப்பட்டுப் பரவலான கவனத்தைப் பெற்றன. மேற்கு ஜெர்மனியின் அருங்காட்சியகம் பார்வைக்கு வைக்கப்பட்டிருந்த இவரது சிற்பத்தை வாங்கி நிரந்தரச் சேகரிப்பில் வைத்து கௌரவப்படுத்தியது.

1962	:	லண்டன் மாநகரில் நடைபெற்ற காமன்வெல்த் கலைக் கண்காட்சியில் பங்கேற்கிறார்.
1962	:	புது தில்லி தேசியக் கலைக் கண்காட்சியில் பங்குபெற்ற படைப்பாளிகளில் சிறந்த சிற்பிக்கான தேசிய விருதைப் பெற்றார்.
1966	:	கே. சி. எஸ். பணிக்கருடன் சேர்ந்து சோழமண்டலம் கலைக் கிராமத்துக்கான முன்னெடுப்பைத் தொடங்கினார்.
1967	:	சென்னை நுண்கலை மற்றும் கைவினைக் கல்லூரியில் துணை முதல்வராகப் பொறுப்பேற்றார்.
1968	:	கும்பகோணம் நுண்கலை மற்றும் கைவினைக் கல்லூரியில் துணை முதல்வராகப் பொறுப்பேற்றார்.
1968	:	தேசியக் கலைக் கண்காட்சியின் தேர்வுக் குழு, நடுவர் குழு உறுப்பினராகப் பொறுப்பேற்றார்.
1971	:	யுகோஸ்லாவியா மற்றும் பிற ஐரோப்பிய நாடுகளுக்குக் கலைச் சுற்றுப் பயணம் மேற்கொண்டு முக்கியமான அருங்காட்சியகங்களையும் கலைக் கூடங்களையும் பார்வையிட்டார்.
1972	:	சென்னை நுண்கலை மற்றும் கைவினைக் கல்லூரியின் முதல்வராகப் பொறுப்பேற்றார். அதே ஆண்டில் லலித் கலா அகாடமி இந்தியாவின் பெருநகரங்களில் ஏற்பாடு செய்திருந்த "இந்தியக் கலையின் வெள்ளிவிழா" கண்காட்சியில் தனது சிற்பங்களைக் காட்சிப்படுத்தினார்.
1977	:	கல்லூரி முதல்வர் பணியிலிருந்து ஓய்வு.
1978	:	தமிழ்நாடு லலித் கலா அகாடமியின் சிறந்த சிற்பிக்கான மாநில விருதினால் கௌரவிக்கப் பட்டார். கோவையில் நடைபெற்ற தனிநபர்க் கண்காட்சியில் தனது ஓவியங்களையும் சிற்பங்களையும் பார்வைக்கு வைத்தார். ஜம்மு காஷ்மீர் – கலை மற்றும் மொழிகளுக்கான அகாடமி காஷ்மீரில் ஏற்பாடு செய்திருந்த அகில இந்திய கலைஞர்கள் முகாமில் பங்கேற்றார்.

1979 : தமிழ்நாடு லலித் கலா அகாடமி ஊட்டியில் ஏற்பாடு செய்திருந்த அகில இந்திய கலைஞர்கள் முகாமில் பங்கேற்றார்.

1980 : தமிழ்நாடு லலித் கலா அகாடமியின் ஃபெல்லோஷிப் விருதினால் கௌரவிக்கப்பட்டார். அந்த ஆண்டின் நடுவர் குழு உறுப்பினராகவும் செயல்பட்டார்.

சென்னை லலித் கலா அகாடமி, சென்னையில் ஏற்பாடு செய்திருந்த அகில இந்தியச் சிற்பிகள் முகாமில் கலந்துகொண்டார்.

சிற்பத் துறையின் சிறப்பான பங்களிப்பிற்காகவும், தனித்துவமான கலை வெளிப்பாட்டிற்காகவும் மத்தியக் கல்வி அமைச்சகத்தின் பண்பாட்டுத் துறையின் ஃபெல்லோஷிப் விருதால் கௌரவிக்கப் பட்டார்.

லலித் கலா அகாடமியின் வெள்ளிவிழாக் கொண்டாட்டத்தின் பொருட்டு இந்தியாவின் பல்வேறு பகுதிகளில் ஏற்பாடாகியிருந்த கண்காட்சி களில் இவரது படைப்புகளும் பார்வைக்கு வைக்கப் பட்டன.

தனபாலின் படைப்புகள் பார்வைக்கு வைக்கப்பட்டுள்ள முக்கிய இடங்கள்

தேசிய நவீனக் கலையகம், புது தில்லி

தேசியக் கலைக் காட்சியகம், சென்னை

நாடாளுமன்றம், புது தில்லி

லலித் கலா அகாடமி, புது தில்லி

தமிழ்நாடு லலித் கலா அகாடமி, சென்னை

ஜகன்மோகன் மாளிகை, மைசூர்

மேற்கு ஜெர்மனி அருங்காட்சியகம்

காந்தி அருங்காட்சியகம், சென்னை

பிராந்திய நடுவண் லலித் கலா அகாடமி, சென்னை

ராஜ்பவன், சென்னை

ராஜ்பவன், மைசூர்

இவை தவிர, தனிப்பட்ட நபர்களின் விருப்பத்திற்கிணங்க பிரத்யேகமான நினைவுச் சிற்பங்களும் சிலைகளும் செய்து கொடுத்திருக்கிறார்.

15 வருடங்களுக்கும் மேலாகப் புது தில்லி – லலித் கலா அகாடமியின் நிர்வாகக் குழு உறுப்பினராகவும் பொதுக்குழு உறுப்பினராகவும் செயலாற்றினார்.

1961 – 68 காலகட்டத்தில் தென்னிந்திய ஓவியர் சங்கத்தின் துணைத் தலைவராக இருந்திருக்கிறார். 1968இல் அதன் தலைவராகவும் செயலாற்றத் தொடங்கினார்.

~

படங்கள்

சிற்பங்கள்

'Head', 1958, Terracotta
16 x 16 (H.26) cm

'ஔவை', வெண்கலம், 1960
17 x 22 (H.44) cm

Mother & Child

'Chirst', Bronze, 1958
43 x 17 (H. 39) cm

'Mary & Christ', 1987
48 x 22 (H. 70) cm

'Composition'
17 x 8 (H. 47) cm

'Bull'
26 x 11 (H.19) cm

'பெரியார்', 1955

'திரு.வி.க.', வெண்கலம்

'Village Deity', 1987, Bronze
37 x 13 (H.53) cm

'ஏ. லட்சுமணசாமி முதலியார்'
42 x 38 (H. 72) cm

'Torso', 1975, Cement
11 x 10 (H. 40) cm

'பாரதிதாசன்'
34 x 26 (H. 47) cm

'Composition'
23 x 16 (H. 58) cm

'சர்வபள்ளி ராதாகிருஷ்ணன்'
24 x 27 (H. 52) cm

'Mother & Child', 1957, Terracotta
32 x 26 (H. 46.5) cm

ஓவியங்கள்

'Portrait of a Woman', oil on paper
(38 x 30) cm

'Saraswathi', Tempera in Paper
29.5 x 16 cm

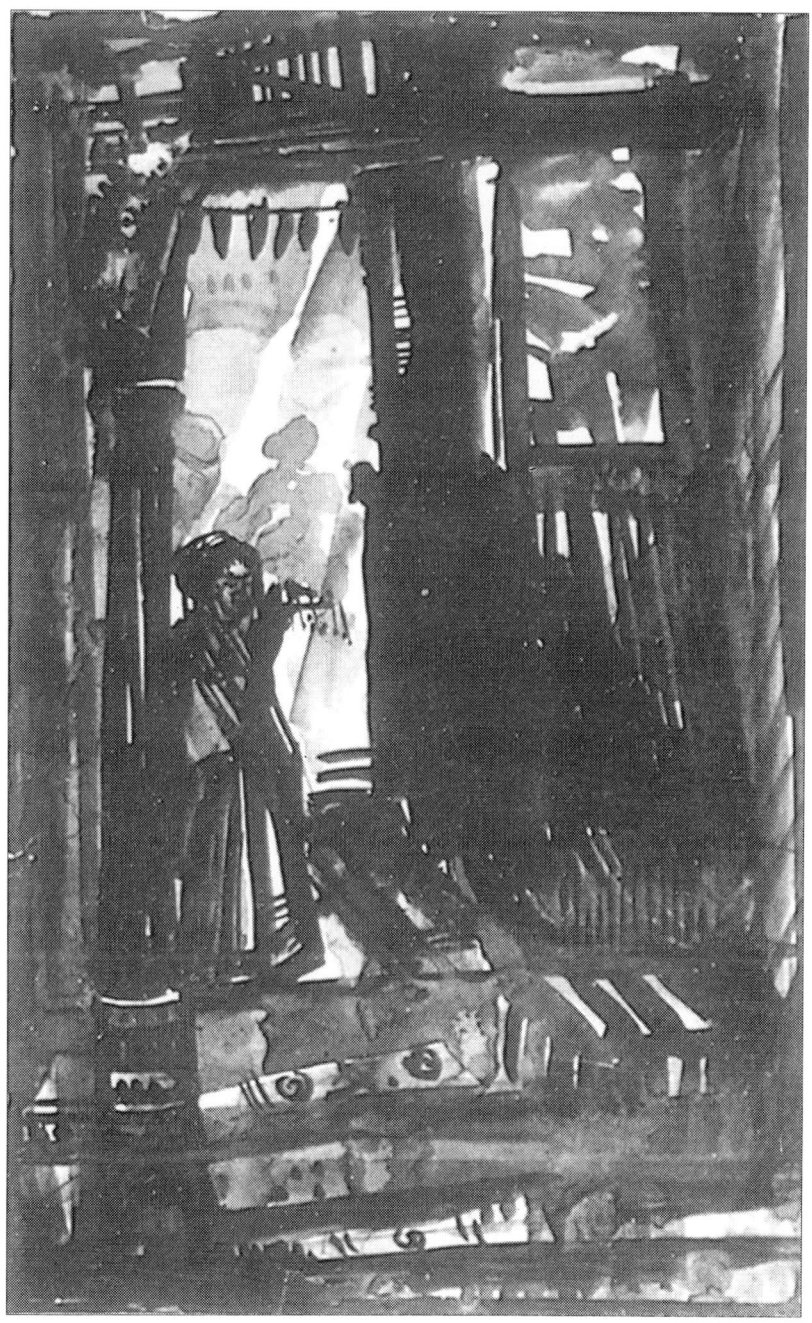

'Interior Madura Temple', Indian Ink Wash
26 x 16 cm

'Composition', Water Colour & Tempera
47 x 25 cm

'Composition', Brush & Ink
11.5 x 9.5 cm

'Crow', Wash painting water colour on paper
42 x 31 cm

'Composition', Ink Drawing
25 x 16 cm

'Plantain Tree', Pen & Ink
28 x 17 cm

'Class Room', 1950, Ink Drawing
25 x 19 cm

'Crow', Black Ink Wash
35.7 x 21.5 cm

புகைப்படங்கள்

எஸ். தனபால்

பணிக்கர், கிருஷ்ணா ராவ், எஸ். தனபால், முனுசாமி

சென்னைக் கவின் கலைக்கல்லூரியின் முதலாவது இந்திய முதல்வரான
டி.பி. ராய் சௌத்திரியுடன் (நடுவில் இருப்பவர்)

எஸ். தனபால், பணிக்கர், கிருஷ்ணா ராவ்

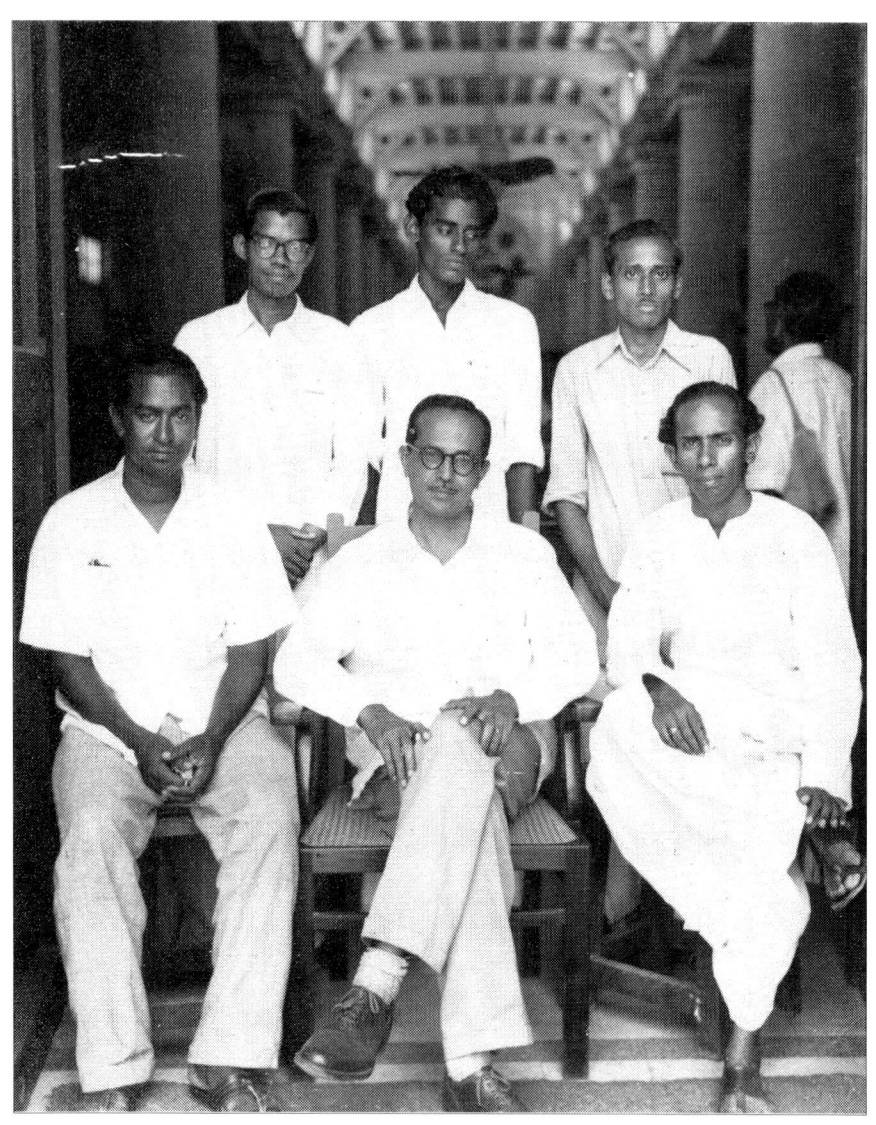

தனபால், கே.சி.எஸ். பணிக்கர், ஹெச்.வி. ராம்கோபால்
(முன்வரிசை)

பெரியாழ்வார் நாட்டிய நாடகம்

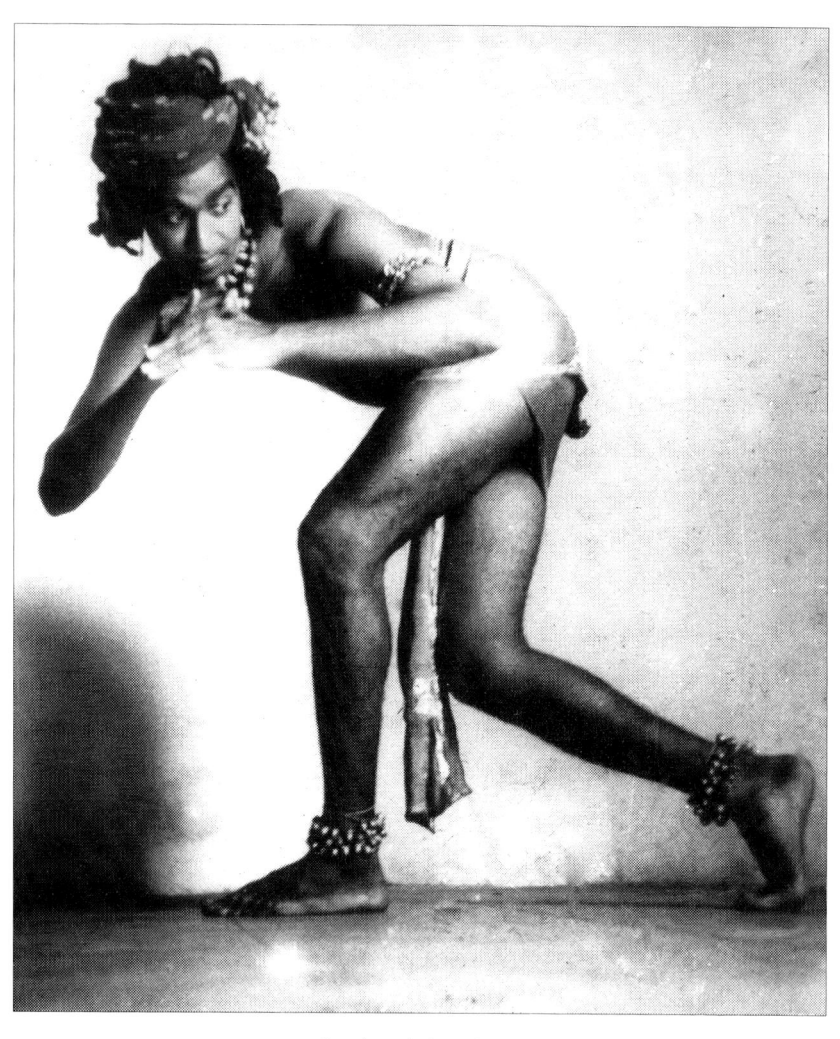

கிருஷ்ணர் வேடத்தில்

புத்தர் வேடத்தில்

மீனவர் வேடத்தில்